മായാത്ത മയ്യന്ന

IMMORTAL MAYYANNA

കല്ല്യാണി മോഹനൻ

Made with ♥ on the Notion Press Platform
www.notionpress.com

നിലവിളക്കിൻ ദീപമായ്..

ഇരുട്ടിൻ പ്രകാശമായ്..

സ്നേഹ നിലാവായ്..

ഓർമ പൂവായ്..

എന്നെന്നും..

നിലകൊള്ളുന്ന താരകം.

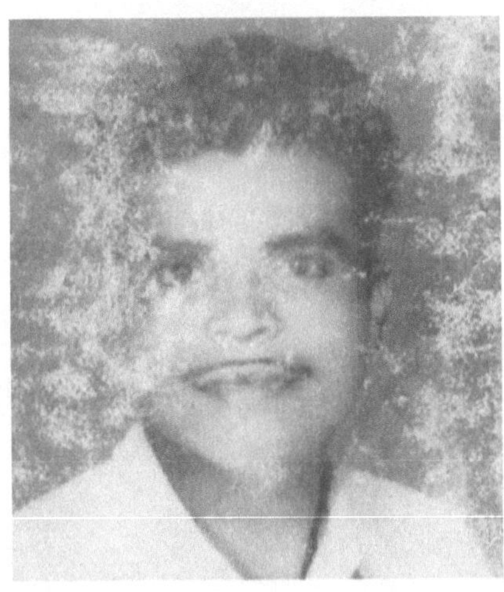

ശ്രീ. വലിയവീട്ടിൽ ദാമോദരൻ മോഹനൻ (വി. ഡി.)

ഉള്ളടക്കം

അവതാരിക

ഇടുക്കി ജില്ലയിലെ മനോഹര, മലയോരഗ്രാമമായ കരിപ്പിലങ്ങാട് ശ്രീ. രാമന്റെയും, ശ്രീമതി പാപ്പുട്ടിയുടെയും കടിഞ്ഞൂൽ സന്താനമായി പിറവിയെടുത്ത കെ. ആർ. കല്യാണി..

കുട്ടിയായിരുന്നപ്പോൾ അപ്പന്റെ വർണ്ണനകളാൽ സ്വപ്നഭൂമിയായ മയ്യന്നയെ പ്രണയിച്ചവൾ...

പിന്നീട് തന്റെ പ്രണയ സാഫല്യത്തിലൂടെ മയ്യന്നയിലെ മണൽത്തരികൾക്കും, വായുവിനും, സ്വന്തം പ്രിയതമനും പ്രിയപ്പെട്ടവളായി മാറിയവൾ. മനുഷ്യചക്രങ്ങളുടെ അനിവാര്യമായ മാറ്റത്തിലൂടെ മയ്യന്നയുടെ മരുമകൾ പിന്നീട് അമ്മയും, അമ്മൂമ്മയുമായി മാറി. തന്റെ ജീവശ്വാസത്തിന്റെ ഓരോ അണുവിലും ആ പെൺകുട്ടിയുടെ ഉള്ളിൽ എന്നും മയ്യന്ന എന്ന സ്വപ്നഭൂമി ഉണ്ടായിരുന്നു.

കാലം, ആധുനികതയുടെ അനിവാര്യമായ മാറ്റങ്ങൾക്ക് നിർബന്ധിതയായി, ആ സ്വപ്നഭൂമി ഉപേക്ഷിക്കേണ്ടി വന്നപ്പോഴും തന്റെ ഉള്ളിലുള്ള മയ്യന്ന എന്ന പ്രണയിനിയെ കൈവിടാതെ മനസ്സിൽ താലോലിച്ചവൾ.

ഇന്ന്, മനുഷ്യജീവിതത്തിലെ ഓരോ പടിക്കെട്ടുകൾ കയറി തന്റെ കടമകൾ പൂർത്തിയാക്കിയപ്പോഴും, തന്റെ സ്വപ്നഭൂമിയിലെ പ്രകൃതിയുടെ ഭംഗിയെയും, കാറ്റിന്റെ ഗന്ധത്തേയും നെഞ്ചിലേറ്റി, ഈ എൺപതാം വയസ്സിലും തന്റെ തൂലികയിലൂടെ ആ സൗന്ദര്യം എല്ലാവരിലേക്കും പകർന്നു കൊടുക്കുവാൻ ആഗ്രഹിക്കുന്നു.

തന്റെ സ്വപ്നഭൂമി ആധുനികതയുടെ മനുഷ്യ നിർമ്മിത മാറ്റങ്ങൾക്ക് വേണ്ടി ജലത്തിനടിയിലേക്ക് മറയപ്പെട്ടപ്പോഴും, തന്റെ എല്ലാമെല്ലാമായ പ്രിയതമന്റെ വേർപാടിലും.. ഹൃദയവേദനയോടെ ആ സ്നേഹത്തെയും.. കുട്ടികളുടെ വളർച്ചയെയും, സ്വന്തം ഗ്രാമത്തെയും, മനസിന്റെ അടിത്തട്ടിൽ പൊന്നുപോലെ കാത്തുസൂക്ഷിച്ചവൾ...

ഒരു കഥക്കോ, നോവലിനോ അവശ്യം വേണ്ടതായ എന്റെതായ ചെറിയ തിരുത്തൽ, ചേർക്കലുകൾ ഉണ്ടെങ്കിലും, കല്യാണി മോഹനൻ എന്ന എഴുത്തുകാരിക്ക് (എന്റെ മമ്മിക്ക്)... ഈ ആദ്യ എഴുത്തിനും, ഇനിയുള്ളതിനും എല്ലാ ആശംസകളും !

ഡോ. സതീഷ് വലിയവീട്ടിൽ

കുളമാവ്
01 January 2025

1

ഒരു പുതിയ ജീവിതത്തിന്റെ പ്രഭാതം

കേരളത്തിലെ ഇടുക്കി ജില്ലയിലെ, പശ്ചിമഘട്ടത്തിലെ ഒരു ചെറിയ മലയോരഗ്രാമമായ 'കരിപ്പലങ്ങാട്' നിന്നാണ് എന്റെ കഥ ആരംഭിക്കുന്നത്. മൂടൽ മഞ്ഞ് നിറഞ്ഞ കുന്നുകളാലും, പച്ചവിരിച്ച താഴ് വരകളാലും, ശാന്തമായി ഒഴുകുന്ന നദികളാലും.. ചുറ്റപ്പെട്ടതായിരുന്നു എന്റെ ഗ്രാമാന്തരീക്ഷം. അങ്ങ് ദൂരെ.. വീടിന്റെ മുൻപിലുള്ള അറക്കുളത്തെയും, മൂലമറ്റത്തെയും കുന്നുകൾ നിശബ്ദരായ കാവൽക്കാരെ പോലെ എല്ലാം നോക്കി തലയുയർത്തി നിന്നിരുന്നു. താഴെ കാഞ്ഞാർ നദി സൂര്യപ്രകാശത്താൽ തിളങ്ങി താഴ്വരയിലൂടെ ഒഴുകിക്കൊണ്ടേയിരുന്നു. ഇലവീഴാപൂഞ്ചിറയിലെ മലനിരകൾ, ആകാശം കയ്യെത്തി തൊടാം എന്ന രീതിയിൽ പരന്ന് തലയുയർത്തിപ്പിടിച്ച് മനോഹാരിത തൂകി നിന്നിരുന്നു. ഈ പ്രകൃതിരമണീയമായ ഗ്രാമത്തിലാണ് ഞാൻ ജനിച്ചത്.

സന്ധ്യാ നാമജപ ഒരുക്കത്തിൽ...

കടൂമാക്കൽ രാമന്റെയും, പാപ്പുട്ടിയുടെയും കടിഞ്ഞൂൽ സന്താനമായിരുന്നു ഞാൻ. 'അപ്പനെന്നും' 'അമ്മയെന്നും' അവരെ ഞാൻ സ്നേഹത്തോടെ വിളിച്ചിരുന്നു. നിത്യജീവിതത്തിൽ ആരും അധികം വിളിച്ചിട്ടില്ലെങ്കിലും അമ്മയുടെ മുഴുവൻ പേര് 'പാറുക്കുട്ടി' (പാപ്പുട്ടി) എന്നായിരുന്നു. ഞങ്ങളുടെ കുടുംബത്തിലെ പരിചയസമ്പന്നരായ അമ്മൂമ്മമാരുടെയും, അമ്മായിമാരുടെയും സ്നേഹസമ്പന്നമായ കര വിരുതിനാൽ ഞാൻ വീടിനുള്ളിൽ നടന്ന സുഖപ്രസവത്തിലൂടെ ഈ മനോഹരമായ ഭൂമിയിൽ ഭൂജാതയായി. അക്കാലത്ത് വീടുകളിൽ നടക്കുന്ന പ്രസവങ്ങൾ സ്വാഭാവികമായിരുന്നു. ഇതിനായി കരവിരുതും മുൻധാരണയും ഉള്ള കുടുംബത്തിലെ മുതിർന്ന സ്ത്രീകൾ ഔഷധങ്ങളും, പഴക്കമുള്ള സാങ്കേതികവിദ്യകളും ഉപയോഗിച്ച് മൺതറയിൽ വിരിച്ച വൃത്തിയുള്ള പായയിൽ സുരക്ഷിതമായ പ്രസവം ഉറപ്പാക്കിയിരുന്നു. എൻറെ അമ്മൂമ്മമാരുടെയും, അമ്മായിമാരുടെയും ഊഷ്മളമായ സ്നേഹം നിറഞ്ഞ കരസ്പർശനത്താലും, വിവേകപൂർണ്ണമായ പ്രവർത്തികളാലും, മനം നിറഞ്ഞ മൗന പ്രാർത്ഥനകളാലും, പ്രകൃതി ഒരുക്കി തന്ന മാതൃത്വഭാവത്തെ അതിൻറെ പൂർണ്ണതയിൽ എത്തിച്ച് പാപ്പുട്ടിയമ്മ ഒരു പെൺകുഞ്ഞിന് ജന്മംനൽകി. പുതിയ ഒരു ജീവന് തുടിപ്പേകാൻ ഓരോ അമ്മമാരും എത്രയേറെ വേദനകൾ സഹിക്കുന്നു! പിറവിയെടുക്കുന്ന തൻറെ ജീവൻറെ കിളിനാദം കേൾക്കുമ്പോൾ

അമ്മമാരുടെ കൺകോണുകളിലൂടെ ആനന്ദാശ്രു പെയ്തിറങ്ങുന്നു.

പ്രകൃതി മനോഹരമായ ആ സുന്ദര ഗ്രാമത്തിലെ എൻ്റെ ജനനം മഹത്വത്തോടെ ആഘോഷിക്കപ്പെട്ടിട്ടില്ല എങ്കിലും മന്ദമാരുതൻ പ്രകൃതിയെ തഴുകി കടന്നുപോകുന്നത് പോലെ.. എൻ്റെ മാതാപിതാക്കൾക്ക് അവരുടെ മനസ്സിൽ സന്തോഷത്തിൻ്റെ അലയടികൾ ഉണ്ടായിക്കൊണ്ടിരുന്നു. പ്രകൃതിയുടെ മൃദുവായ ശബ്ദങ്ങൾ വഹിച്ച ഒരു തണുത്ത മന്ദമാരുതൻ വായുവിലൂടെ ഒഴുകി.. കുന്നുകൾ എല്ലാം തന്നെ എൻ്റെ വരവിനെ അനുഗ്രഹിക്കുന്നതുപോലെ.. കരിപ്പലങ്ങാട്ടെ ഭംഗിയാർന്ന മലനിരകൾക്കിടയിലെ എളിയ കുടുംബത്തിൽ സന്തോഷത്തിൻ്റെയും, പ്രതീക്ഷയുടെയും നിമിഷമാണ് എൻ്റെ കൂട്ടിച്ചേർക്കലിലൂടെ ആ കുടുംബത്തിൽ ഉണ്ടായതെന്ന് ബന്ധുക്കളും, അയൽക്കാരും അഭിപ്രായപ്പെട്ടു. ബന്ധുക്കളിൽ ഏറെ അടുത്തവരാണ് കരോട്ടെ വീട്ടിലെ അപ്പൻ്റെ അനുജനായ കുഞ്ഞാഞ്ഞയും (ഗോപാലൻ), സഹോദരിമാരും ആ കുടുംബവും.. കൂടാതെ അമ്മാമ്മയും..താഴെ വീട്ടിലെ നാരായണൻ (താടി) ചിറ്റപ്പനും കുടുംബവും അങ്ങനെ നീണ്ടു പോകുന്നു ബന്ധങ്ങൾ.. ബന്ധങ്ങളിലേക്ക് അധികം നീട്ടുന്നില്ല.. എന്നെ കുറിച്ച് ചില ഓർമ്മകൾ പങ്കുവെയ്ക്കാം.

കുന്നുകൾക്കിടയിലെ ഭൂപ്രകൃതിയുടെ മധ്യഭാഗത്ത് ഈട്ടി, തേക്ക് മരം കൊണ്ടും, ഇഷ്ടിക കൊണ്ടും നിർമ്മിച്ച ഓടിട്ട മേൽക്കൂരയുള്ള അറയും, നിരയും, നീണ്ട വരാന്തയും.. അതിലേറെ പത്തായവുമുള്ള രണ്ട് മുറികൾ ഉള്ളവീടാണ് കനത്ത മഴയിൽ നിന്നും ഞങ്ങളെ സുരക്ഷിതരാക്കി നിർത്തിയിരുന്നത്. ഞങ്ങളുടെ വീടിൻ്റെ എതിർവശത്തെ കുന്നുകളിൽ നിന്ന് മോർക്കാട്, ഇലപ്പള്ളി, ചെളിക്കൽ (ഇപ്പോൾ കൂടുതലും വാഗമണ്ണ് എന്നറിയപ്പെടുന്നു) ഈ ചരുവുകളിലൂടെ ഒലിച്ചിറങ്ങുന്ന അരുവികൾ മനോഹരമായി താഴേക്ക് ഒഴുകിയിരുന്നു. ഈ അരുവികൾ പാറകൾക്കും, വേരുകൾക്കും ഇടയിലൂടെ ഒഴുകിയിറങ്ങുമ്പോൾ സൂര്യപ്രകാശമേറ്റ് അവ തിളങ്ങിയിരുന്നു. അവ കുന്നുകളെ അലങ്കരിക്കുന്ന അലങ്കാരമാലകൾ പോലെ കാണപ്പെട്ടു. അവയുടെ പാതകൾ പർവ്വതങ്ങളുടെ പച്ച ക്യാൻവാസിൽ പ്രകൃതിദത്തമായ ഒരു കലാസൃഷ്ടി വരച്ചു ചേർത്ത്, ഈ പ്രദേശത്തിൻ്റെ അതിമനോഹരമായ സൗന്ദര്യത്തിലേക്ക് ഒരു മുതൽ കൂട്ടായി നില കൊണ്ടു. ചെറിയ മലഞ്ചെരുവുകൾക്കും, കൈത്തോടുകൾക്കും ഇടയിലാണ് ഞങ്ങളുടെ ഈ വീട് സ്ഥിതി ചെയ്യുന്നത്. ഈ അരുവികളിലൊന്ന് കുന്നുകളിൽ ഒരു കൂറ്റൻ കല്ലിന് താഴെയാണ് ആരംഭിച്ചിരിക്കുന്നത്... കല്ലുകളിലൂടെയും, മരവേരുകളിലൂടെയും തലങ്ങും, വിലങ്ങും ഒഴുകി താഴെയുള്ള താഴ്വരയിലേക്ക് യാത്ര ചെയ്യുമ്പോൾ ശാന്തമായ ഒരു ഈണം ഈ അരുവി

സൃഷ്ടിച്ചിരുന്നു.. വെള്ളത്തിൻറെ കാഴ്ചയും, നേർത്ത ശബ്ദവും ഞങ്ങളുടെ ചുറ്റുപാടുകൾക്ക് ശാന്തത നൽകി. മഴക്കാലത്ത് ഈ അരുവി എന്നെ ആകർഷിക്കുകയും, ഒപ്പം കുതിച്ചുകയറുന്ന വെള്ളം എന്നെ ഭയപ്പെടുത്തുകയും ചെയ്തിരുന്നു. ഉയരമുള്ള പ്ലാവും, മാവും, കശുമാവും, കൊക്കോയും തുടങ്ങിയ മരങ്ങളാൽ ചുറ്റപ്പെട്ടതായിരുന്നു ഞങ്ങളുടെ വീട്. അടുക്കളയിൽ നിന്ന് അമ്മയുടെ കൈ പുണ്യത്തോടെയുള്ള പാചകത്തിന്റെ വാസനയും, വിറകു കത്തുന്ന പുക മണവും നിറഞ്ഞിരുന്നു. അടുക്കളയിൽ വിറക് കെട്ടുകൾ ഭംഗിയായി അടുക്കി കെട്ടി വച്ചിരുന്നു. വിറകിനു മുകളിൽ അമ്മ കുടംപുളിയും മറ്റും ഉണക്കാൻ തൂക്കിയിടും പ്രത്യേകിച്ച് മഴക്കാലത്ത്.. വീട്ടിലെ ഏറ്റവും വലിയ അത്ഭുതം ഒരു പത്തായമായിരുന്നു. വലിയ ഘനമുള്ള ഉറപ്പുള്ള ഈട്ടി തടിയിൽ ആണ് അത് നിർമ്മിച്ചിരുന്നത് കൊണ്ട് ഇന്നും അത് കേട് കൂടാതെ നിലനിൽക്കുന്നു.. അരി, പയർ, ധാന്യങ്ങൾ എന്നു തുടങ്ങിയ നമ്മുടെ എല്ലാ ഭക്ഷ്യവസ്തുക്കളും ഉറുമ്പുകളിൽ നിന്നും, പ്രാണികളിൽ നിന്നും സുരക്ഷിതമായി സൂക്ഷിക്കാൻ പത്തായം ഉപയോഗിച്ച് വന്നിരുന്നു. നമ്മുടെ പൂർവികരുടെ അവശ്യസ്വനീയമായ സാങ്കേതികവിദ്യയുടെയും, കഴിവിന്റെയും ഉത്തമ ഉദാഹരണമായിരുന്നു ആ പത്തായം. അതിനകത്തേക്ക് കയറിയരുതെന്ന് അപ്പനും, അമ്മയും എപ്പോഴും മുന്നറിയിപ്പ് നൽകിയിരുന്നു. *"കല്യാണിയെ അതിനകത്ത് കടന്നു വാതിൽ അടച്ചാൽ ശ്വാസം കിട്ടില്ല ശ്വാസംമുട്ടി മരിക്കും"* ഈ മുന്നറിയിപ്പ് എന്നെ പത്തായത്തെ ഒരു ഭയമുളവാക്കുന്ന നിഗൂഢത നിറഞ്ഞ മുറിയാക്കി മാറ്റി.. അതിൻറെ വലിപ്പവും, കരകൗശല വിദ്യയും എന്നെ ഏറെ ആകർഷിച്ചിരുന്നു. എങ്കിലും ഭയം എന്ന വികാരം എന്നെ അതിൽ നിന്നും എപ്പോഴും സുരക്ഷിതമായ അകലം പാലിപ്പിക്കാൻ പ്രേരിപ്പിച്ചിരുന്നു.

എൻറെ അപ്പൻ ഒരു പരമ്പരാഗത കർഷകനായിരുന്നു. മണ്ണിൻറെ മണമുള്ള കർഷകൻ.. സൂര്യോദയത്തിനു മുൻപ് ഉണർന്ന്, പകലന്തിയോളം മണ്ണ് ഉഴുതുമറിക്കാനും, വിത്ത് വിതയ്ക്കാനും, വളം ഇടാനും, വിളകൾ കൊയ്യാനുമായി അപ്പൻറെ കൈകൾ മണ്‍തരികളെ സ്പർശിച്ചു തന്നെയിരുന്നു. തലമുറകളായി കൈമാറ്റം ചെയ്തു കിട്ടിയ കലപ്പയും, അരിവാളും, തൂമ്പയും പോലുള്ള ലളിതമായ ഉപകരണങ്ങളാൽ അപ്പൻ മണ്ണിൽ പൊന്നു വിളയിച്ചിരുന്നു. തൻറെ നഗപാദങ്ങൾ ഭൂമിയിൽ സ്പർശിപ്പിച്ചു മാറി മാറി വരുന്ന ഋതുക്കളുടെ മാനസികാവസ്ഥകൾ മനസ്സിലാക്കി, പ്രകൃതി പഠിപ്പിച്ചുതന്ന പാഠങ്ങൾ ഉൾക്കൊണ്ട് അപ്പൻ പാടത്ത് നെല്ലും, പറമ്പിൽ പച്ചക്കറികളും, സുഗന്ധവ്യഞ്ജനങ്ങളും വിളയിച്ചെടുത്തു. ഇത് പലപ്പോഴും ഞങ്ങളുടെ വീട്ടാവശ്യത്തിനും കഴിഞ്ഞ് വിപണിയിൽ കച്ചവടം ചെയ്യാൻ കൂടി

ഉണ്ടായിരുന്നു. വീടിനു ചുറ്റും ഫലവൃക്ഷങ്ങളും, കൊക്കോ, കശുമാങ്ങ തുടങ്ങിയവയും അപ്പൻ ധാരാളമായി നട്ടുവളർത്തിയിരുന്നു. ജൈവരീതിയിലൂടെ മാത്രം കൃഷി ചെയ്ത് അദ്ദേഹം ഉപജീവനമാർഗത്തിനേക്കാൾ ഉപരി, ഒരു ജീവിതചര്യയായി കൃഷിയെ കണ്ടിരുന്നു.

അപ്പനും, അമ്മയും, ഞാനും...പിന്നെ ആ റേഡിയോയും...

അപ്പൻ 'കടുക്കൻ' എന്നു വിളിക്കുന്ന സ്വർണ്ണ കമ്മലുകൾ രണ്ടു ചെവിയിലും ധരിച്ചിരുന്നു. ഈ കടുക്കനുകൾ പറമ്പിൽ കൃഷി പണി ചെയ്യുമ്പോൾ സൂര്യപ്രകാശമേറ്റു തിളങ്ങിയിരുന്നു. അപ്പൻ കുപ്പായം ധരിക്കുന്നത് അപൂർവ്വമായേ ഉണ്ടായിരുന്നുള്ളൂ.. പകരം തോളിൽ ഒരു തോർത്തുമിട്ട്, അരയിൽ ഒരു മേലങ്കി കെട്ടിയുള്ള ലളിതമായ ഒരു വസ്ത്രധാരണ രീതിയായിരുന്നു അനുവർത്തിച്ചു വന്നിരുന്നത്. അമ്മയായിരുന്നു ഞങ്ങളുടെ വീടിൻ്റെ കേന്ദ്ര ബിന്ദു. അമ്മ പലപ്പോഴും അടുക്കളയിൽ പാചകത്തിൻ്റെയും, പറമ്പിൽ പണികളുടെയും തിരക്കിലായിരുന്നു. എന്നിരുന്നാലും വീടും, അടുക്കളയും, പറമ്പും എല്ലാം വൃത്തിയായി സൂക്ഷിക്കാൻ ശ്രമിച്ചിരുന്നു. കുട്ടിക്കാലത്ത് ഞാൻ അമ്മയുടെ പ്രവർത്തികളിൽ സഹായിച്ച് അമ്മയെ ചുറ്റിപ്പറ്റി തന്നെയായിരുന്നു ഞാൻ ബാല്യകാലം ചിലവിട്ടത്. വീടിൻ്റെ നീണ്ട വരാന്തയിലിരുന്ന് മനോഹരമായ ഭൂപ്രകൃതിയുടെ എല്ലാ ഭാവങ്ങളെയും ചെറുപ്പത്തിലേ ഞാൻ

നിരീക്ഷിക്കുമായിരുന്നു. രാത്രിയിൽ അമ്മ എനിക്ക് താരാട്ടു പാട്ടുകൾ ഈണത്തിൽ ചൊല്ലി തന്നിരുന്നു. അമ്മയുടെ ഇളം ചൂടുള്ള കൈകൾ എന്റെ തലയിൽ തലോടിക്കൊണ്ടിരിക്കുമായിരുന്നു. ആ തലോടലേറ്റായിരുന്നു ഞാൻ ഉറക്കത്തിലേക്ക് വഴുതി പൊയ്ക്കൊണ്ടിരുന്നത്.

സൂര്യോദയം

അങ്ങ് അകലെ, മലകൾക്കു മുകളിൽ ഓറഞ്ച്, സ്വർണ്ണനിറത്താൽ പ്രഭാജ്വാലയോടെ ഉദിച്ചുവരുന്ന സൂര്യനെയും, വൈകുന്നേരങ്ങളിൽ കൊടുമുടികൾക്ക് പിന്നിൽ മറഞ്ഞിരിക്കാൻ വേണ്ടി വെമ്പി ഓടുന്ന അസ്തമയ സൂര്യനും എനിക്ക് എന്നും അത്ഭുതകരമായ സന്തോഷം തരുന്ന കാഴ്ചയായിരുന്നു. ഒപ്പം അങ്ങ് ദൂരെ കനം കുറഞ്ഞ വെള്ളി നൂലുപോലെ ഒഴുകുന്ന കാഞ്ഞാർ നദിയുടെ കാഴ്ചയും, അത്രയും മനോഹരമായിരുന്നു. പലപ്പോഴും പ്രകൃതിയുടെ നിശബ്ദതയിൽ ഞങ്ങളുടെ മേൽക്കൂരയിൽ വീഴുന്ന മഴത്തുള്ളികളുടെ ശബ്ദം ഒരു നാദമായി എന്റെ കർണ്ണപുടങ്ങളിൽ കൂടി ഒഴുകിക്കൊണ്ടിരുന്നു.

ഇലവീഴാപൂഞ്ചിറയുടെ കുന്നിനടിയിൽ സൂര്യൻ തന്റെ മുഖം ഒളിപ്പിക്കാൻ പോകുന്ന കാഴ്ച പലപ്പോഴും ഞാനും, അമ്മയും കൂടി വീടിന്റെ വരാന്തയിൽ നോക്കിക്കൊണ്ടിരിക്കും. ഈ പ്രകൃതി എന്ത് അത്ഭുതം ആണ്.! ഈ ലോകത്ത് ഇനിയും ഇതുപോലെ മനോഹരമായ കാഴ്ചകൾ വേറെ ഉണ്ടോ !? ഞാൻ എന്റെ ഇളം മനസ്സിൽ ചിന്തിച്ചു കൊണ്ടേയിരുന്നു.

പ്രകൃതി രമണീയമായ ചുറ്റുപാടുകൾ, എന്റെ മാതാപിതാക്കളുടെ സ്നേഹം, എന്നിവയാണ് എന്റെ ആദ്യ ഓർമ്മകൾ. ഒരുപാട് സമയം ഞാൻ എന്നും പതിവായി ചിലവഴിച്ച എന്റെ വീടിന്റെ ആ നീണ്ട വരാന്തയിൽ ഇരുന്ന് ഞാൻ എങ്ങനെ സ്വപ്നം കാണണമെന്ന് പഠിച്ചു. ഉദിക്കുന്നതും, അസ്തമിക്കുന്നതുമായ സൂര്യനും, കാറ്റിന്റെ ശബ്ദവും, കാഞ്ഞാർ നദിയുടെ ദൂരെയുള്ള പിറുപിറുക്കലുകളും.. കൊഞ്ചലുകളും എന്റെ ആദ്യ ഗുരുക്കന്മാരായിരുന്നു. അവർ എന്റെ കുഞ്ഞു ഹൃദയത്തിൽ അത്ഭുതം നിറയ്ക്കുകയും എന്നെ സമാധാനിപ്പിക്കുകയും ചെയ്തിരുന്നു.

രാമന്റെയും, പാപ്പുട്ടിയുടെയും മകളായ എന്റെ ബാല്യകാലത്ത് ശാന്തവും മനോഹരവുമായ ഈ സ്ഥലത്തെ കുന്നുകളും, കാടുകളും, നദികളും എല്ലാമായിരുന്നു എന്റെ കളിസ്ഥലം. മാറുന്ന ഋതുവും, ശാന്തമായ കുടുംബാന്തരീക്ഷവും, മഞ്ഞുവീഴ്ചയുടെ ഓർമ്മകളും, കാട്ടുപൂക്കളുടെ ഗന്ധവും, ചേക്കേറുന്ന കിളികളുടെ താളാത്മകമായ നാദങ്ങളും, എല്ലാമായിരുന്നു കെ. ആർ കല്ല്യാണിയായി എന്നെ വളർത്തിയെടുത്ത നിഷ്കളങ്കമായ ഘടകങ്ങൾ.

2

പ്രകൃതിയുടെ മടിയിൽ ബന്ധങ്ങളുടെ ബാല്യം

പ്രകൃതിയുടെ വിസ്മയങ്ങളും, മലനിരകളിലെ ജീവിത താളങ്ങളും, നിറഞ്ഞതായിരുന്നു എന്റെ ബാല്യകാലം. കടുമാക്കൽ രാമന്റെയും, പാപ്പുട്ടിയുടെയും മൂത്തമകളായ എന്നെ ഇളയവർ സ്നേഹത്തോടെ 'ചാച്ചി'എന്ന് വിളിച്ചു വന്നിരുന്നു. ചെറുപ്പം മുതലേ കുടുംബ ജീവിതത്തിന്റെ കടമകളിലും, സന്തോഷങ്ങളിലും മുഴുകിയായിരുന്നു ഞാൻ ജീവിച്ചു വന്നിരുന്നത്.

വർഷങ്ങൾ കടന്നുപോകും തോറും ഞങ്ങളുടെ കുടുംബം വളർന്നു. എന്റെ ഇളയ സഹോദരങ്ങളായ കേശവൻ, നാരായണൻ, സാരോജനി, രാജമ്മ, വിലാസിനി എന്നിവരുടെ കടന്നു വരവുകൊണ്ട് കൂടുതൽ അനുഗ്രഹീതമായി ഞങ്ങളുടെ കുടുംബം. എന്നെപ്പോലെ തന്നെ പ്രകൃതിയെ തൊട്ടറിഞ്ഞ് മൺതറയിലെ വൃത്തിയുള്ള പായയിൽ അമ്മൂമ്മമാരുടെയും, അമ്മായിമാരുടെയും കരസ്പർശനമേറ്റായിരുന്നു എല്ലാ സഹോദരങ്ങളും ഭൂമിയിലേക്ക് പിറവിയെടുത്തു വന്നത്. ഇടയിൽ പിറവിയിൽ തന്നെ മരിച്ചുപോയ ഒരു സഹോദരിയുടെ ഓർമ്മയും ഒരു വിങ്ങലായി തന്നെ എന്റെ മനസ്സിൽ ഇന്നും ഉണ്ട്.. ഭൂമിയിൽ പിറവിയെടുക്കാതെ, ഓർമ്മയായി മാറിയ ആ സഹോദരിയുടെ ഓർമ്മകൾ ഏകാന്തതയിൽ എന്നെ വല്ലാതെ നോവിച്ചു കൊണ്ടിരുന്നു. ഞാൻ കൂടുതൽ സമയവും എന്റെ സഹോദരങ്ങളുടെ സംരക്ഷണത്തിനായി ചിലവഴിച്ചു കൊണ്ടിരുന്നു. ഓരോ പുതിയ പിറവികൾ വീട്ടിൽ വരുമ്പോഴും എന്റെ കടമകൾ കൂടിക്കൊണ്ടേയിരുന്നു. അവർക്ക് ചാച്ചിയും.. ഒരേ സമയം അമ്മയുമായി ഞാൻ മാറി.

ഞാനും സഹോദരങ്ങളും, ഒരു ഉല്ലാസവേളയിൽ...

കുടുംബത്തിലെ മൂത്തയാൾ ആയതിനാൽ എനിക്ക് അതിന്റേതായ ഉത്തരവാദിത്വങ്ങൾ ഉണ്ടായിരുന്നു. അപ്പനും, അമ്മയും ഞങ്ങളുടെ കുടുംബം നിലനിർത്താൻ പറമ്പിൽ അക്ഷീണം ജോലികൾ ചെയ്തു വന്നിരുന്നു. എല്ല് മുറിയെ പണി ചെയ്ത് അവർ പച്ചക്കറികളും, സുഗന്ധവ്യഞ്ജനങ്ങളും വിളയിച്ചു. അവരുടെ നീണ്ട ജോലി സമയങ്ങളിൽ, എന്റെ സഹോദരങ്ങളുടെ സംരക്ഷണ ചുമതല ഞാൻ ഏറ്റെടുത്തു. അവർക്ക് ഭക്ഷണം കൊടുക്കലും, അവരെ കുളിപ്പിക്കലും, കളിപ്പിക്കലും എന്റെ നിത്യജീവിതത്തിന്റെ ഭാഗമായി മാറി. വെല്ലുവിളി നിറഞ്ഞതും.. എന്നാൽ പ്രതിഫലേച്ച ഇല്ലാത്ത വേഷം ആയിരുന്നു എന്റേത്. അത് എന്നെ ജീവിതത്തിൽ വേണ്ട വിധം ക്ഷമയും, സ്നേഹവും ഉണ്ടാവാൻ പഠിപ്പിച്ചു.

രാവിലെ ലളിതമായ ഭക്ഷണം തയ്യാറാക്കാൻ, ഞാൻ അമ്മയെ സഹായിക്കും. സഹോദരങ്ങൾക്ക് ഭക്ഷണം നൽകിയതിനു ശേഷം ഞാൻ അവരെ ഞങ്ങളുടെ വീടിനടുത്തുള്ള ചെറിയ തോട്ടിലേക്ക് കൊണ്ടുപോകും. തണുത്തതും, തെളിഞ്ഞതുമായ.. പാറക്കെട്ടുകൾക്കിടയിലൂടെ ഒഴുകിവരുന്ന അരുവിയിലെ വെള്ളവും, ചെറിയ മീനുകളും, തവളയും, വെള്ളത്തീപ്പാറ്റകളും ഒക്കെ ചേർന്ന് ഞങ്ങൾക്ക് അത് ഒരു കളിസ്ഥലമായി മാറി. അതോടൊപ്പം എന്റെ സഹോദരങ്ങളെ തോട്ടിൽ കുളിപ്പിക്കുന്നത് ഞാനൊരു കളിയാക്കി മാറ്റി. അവരുടെ ചിരി.. ഒഴുകുന്ന വെള്ളത്തിന്റെ ശബ്ദത്തിൽ ലയിച്ചു.

അരുവിയോടൊപ്പം.. "ചാച്ചിയും" കുട്ടികളും

പിന്നീട് ഞങ്ങൾ പലപ്പോഴും ഞങ്ങളുടെ വീടിനടുത്തുള്ള വലിയ കല്ലിൽ കയറും. രാവിലത്തെ വെയിലേറ്റ് ആ കല്ലിന് ചെറു ചൂടു ഉണ്ടായിരിക്കും. അവിടെനിന്ന് അടുത്തുള്ള മരങ്ങളിൽ തൂങ്ങി കിടക്കുന്ന പഴുത്ത കശുമാങ്ങ പഴങ്ങൾ പറിച്ചെടുക്കും. മധുരം നിറഞ്ഞ പഴങ്ങൾ ഞങ്ങൾ കഴിക്കും. അവശേഷിച്ച വിത്തുകൾ, വശങ്ങളിലേക്ക് വലിച്ചെറിയും.. പിന്നീട് അവ വറുത്തു പൊട്ടിച്ചെടുക്കാം എന്ന് ഞാൻ മനസ്സിലാക്കി. കൂടാതെ സ്വാഭാവികമായി മണ്ണിൽ തന്നെ രണ്ടില പോലെ മുളച്ചു വരുന്ന കശുവണ്ടി പരിപ്പുകൾ മത്സരിച്ചും, വഴക്കു കൂടിയും അകത്താക്കും.. അതിന്റെ രുചി ഇന്നും നാവിലുണ്ട്, ഇടക്കൊക്കെ അപ്പൻ നട്ടു വളർത്താനായി പാകി മുളപ്പിച്ച പരിപ്പ് പറിച്ചെടുത്താൽ മാത്രം ഉമ്മറത്തുള്ള ചൂരൽ വടി കൊണ്ട് നല്ല അടി കിട്ടും.

വലിയ കൂമ്പൻ കല്ലിന്റെ മുകളിൽ നിന്നുള്ള കാഴ്ച ആശ്ചര്യം നിറഞ്ഞതായിരുന്നു. അനന്തമായ വിദൂരതയിൽ ഉരുണ്ടുകൂടിയ കുന്നുകൾ, അവയുടെ ചരിവുകളിലൂടെ ഇടയ്ക്കിടെ ഒഴുകിവരുന്ന അരുവി.. വെള്ളി റിബൺ പോലെ തിളങ്ങുന്ന മനോഹരമായ കാഴ്ച. അങ്ങ് താഴെ.. ചെറിയ, ചെറിയ വീടുകളും അവയുടെ അടുപ്പിൽ നിന്നും ഉയർന്നുയരുന്ന പുകയും, രാത്രിയിൽ ചെറിയ റാന്തൽ പ്രകാശങ്ങളും കാണാൻ സാധിക്കുമായിരുന്നു. കല്ലിൻ പുറത്തുനിന്നുള്ള കാഴ്ചകളും.. പ്രകൃതിയുടെ ആവരണവും, വിശാലമായി സ്വപ്നം കാണാനും പ്രകൃതി സൗന്ദര്യം ആവോളം

അനുഭവിക്കുവാനും ഉള്ള മനസ്സ് ഞങ്ങൾക്ക് നേടിത്തന്നു.

സാഹസികതയും, ഭാവനയും കലർന്നതായിരുന്നു ഞങ്ങളുടെ കളിസമയം. ഞങ്ങൾ മലഞ്ചെരുവുകളിൽ കറങ്ങി, കാട്ടുപൂക്കളെ തിരഞ്ഞു, മനോഹരമായ ചിത്രശലഭങ്ങളെ പിന്തുടർന്നു.. കുന്നിൻ പുറത്തെ അരുവി ഉത്ഭവിച്ച ഭീമാകാരമായ കല്ലിന് സമീപം ഞങ്ങൾ ഒത്തുകൂടി. അതിൻ്റെ ശക്തിയിൽ ആശ്ചര്യപ്പെടുകയും അവിടെയിരുന്ന് അമ്മ എന്നോട് പങ്കുവെച്ച കഥകൾ ഞാൻ സഹോദരങ്ങളോട് പറയുമായിരുന്നു. ഇതിനിടയൽ ഉണ്ടാകുന്ന തമാശയും, ചിരിയും, അത്ഭുതവും നിറഞ്ഞ നിമിഷങ്ങൾ ഞങ്ങളുടെ സഹോദര ബന്ധം ദൃഢമാക്കി.

ഇളയവർ ഉറങ്ങുമ്പോൾ വരാന്തയിൽ നിന്ന് സൂര്യോദയമോ, അസ്തമയമോ കാണാൻ ഞാൻ സമയം തുടർച്ചയായി കണ്ടെത്തിയിരുന്നു. പച്ചപ്പ് നിറഞ്ഞ കുന്നുകളുടെ സൗന്ദര്യം എന്നെ എപ്പോഴും ആകർഷിച്ചിരുന്നു. ആ നിശബ്ദ നിമിഷങ്ങൾ എനിക്ക് സ്വപ്നം കാണാനുള്ള സമയമായിരുന്നു.. കുന്നുകൾക്കപ്പുറം എന്താണ് ലോകം എന്നും.. ഇവിടെയുള്ള ജീവിതം പോലെ മനോഹരമാണോ അവിടെയുള്ള ജീവിതം എന്നും ഞാൻ ചിന്തിച്ചിരുന്നു.

ഞങ്ങളുടെ ജീവിതവും, ബാല്യവും ലാളിത്യത്തോടൊപ്പം പാഠങ്ങൾ ഉൾക്കൊള്ളുന്നതുമായിരുന്നു. പ്രകൃതിയെ ബഹുമാനിക്കാനും, ഭൂമിയെയും, വെള്ളത്തെയും ദൈവീകമായി കാണാനും അമ്മ പഠിപ്പിച്ചു തന്നു. അപ്പൻ തൻ്റെ ശാന്തമായ പ്രകൃതത്താൽ കഠിനാധ്വാനത്തിൻ്റെയും, അർപ്പണബോധത്തിൻ്റെയും മൂല്യം ഞങ്ങൾക്ക് കാണിച്ചു തന്നു. ഈ പഠിപ്പിക്കലുകൾ എൻ്റെ സഹോദരങ്ങളെ ഞാൻ എങ്ങനെ പരിപാലിക്കുന്നു എന്നതിന് അടിസ്ഥാനമായി മാറി. അവർ വളരുമ്പോൾ അവരെ ഞാൻ നേർ വഴി നടത്തി.

മലനിരകളിലെ ജീവിതം വെല്ലുവിളികൾ ഇല്ലാത്തതായിരുന്നില്ല. മഴക്കാലത്ത് തോട് കരകവിഞ്ഞ് ഒഴുകുന്നതിനാൽ വെള്ളം എടുക്കൽ ബുദ്ധിമുട്ടായിരുന്നു. മൺകട്ടകൾ വച്ച ചുമരും ഓട് മേഞ്ഞ വീടും അപ്പൻ്റെയും, അമ്മയുടെയും കര വലയത്തിൽ ഞങ്ങൾക്ക് വല്ലാതെ സുരക്ഷിതത്വബോധം ഉണ്ടായിരുന്നു. കോരിച്ചൊരിയുന്ന മഴയും, ഇടിയും, മിന്നലും മാറിമാറി വന്നു ഭയപ്പെടുത്തിയിരുന്നു എങ്കിലും, എല്ലാ പ്രതിസന്ധികളെയും അവഗണിച്ച് അപ്പൻ മണ്ണിൽ തൻ്റെ കൃഷിപ്രവർത്തനങ്ങൾക്ക് വിഘാതം വരുത്തിയിരുന്നില്ല.

വൈദ്യുതി എത്തിയിട്ടില്ലാത്ത ഞങ്ങളുടെ ചെറിയ വീട്ടിലെ ജീവിതം പ്രകൃതിയുടെയും, പാരമ്പര്യത്തിൻ്റെയും, താളത്തിൽ വേരൂന്നിയ ലളിതവും, എന്നാൽ ആഴമേറിയതും ആയ ആത്മീയ അനുഭവമായിരുന്നു. സൂര്യൻ

ചക്രവാളത്തിന് താഴെ അസ്തമിക്കുമ്പോൾ, ഞാനും എൻറെ സഹോദരങ്ങളും വീടിന്റെ ചെറിയ വരാന്തയിൽ ഒത്തുകൂടും. പ്രധാന വാതിലിന് മുന്നിലെ, നിലത്തേക്ക് കിണ്ടിയിൽനിന്ന് (ഒരു പരമ്പരാഗത പിച്ചള പാത്രം) വെള്ളം ഒഴിക്കുന്നതിന്റെ താളാത്മകമായ ശബ്ദത്തോടെയാണ് സായാഹന ചടങ്ങ് ആരംഭിക്കുന്നത്. തണുത്ത തുള്ളികൾ ചൂടുള്ള ഭൂമിയുമായി കലർന്ന് ഒരു സൗരഭ്യം പുറപ്പെടുവിക്കും. അത് ആ സ്ഥലത്തെ മാത്രമല്ല ഞങ്ങളുടെ ആത്മാവിനെയും കൂടി ശുദ്ധീകരിക്കുന്നതായി തോന്നും. ഞങ്ങളുടെ മാതാപിതാക്കൾ പഠിപ്പിച്ച ഈ ശീലം ദൈവത്തെ ഞങ്ങളുടെ വീട്ടിലേക്ക് ക്ഷണിക്കാനുള്ള പ്രതീകാത്മകമായ തയ്യാറെടുപ്പായിരുന്നു. അടുത്തതായി, നിലവിളക്ക് കത്തിച്ചു കൊണ്ടുവന്ന് വരാന്തയുടെ മധ്യഭാഗത്തു വയ്ക്കും. ഞാനും സഹോദരങ്ങളും ചമ്പ്ര പടിയിൽ കാലുകൾ മടക്കി വച്ച് കൈകൾ കൂപ്പി അപ്പനും, അമ്മയും പഠിപ്പിച്ച സന്ധ്യാനാമശകലങ്ങൾ, ഞങ്ങളുടെ ഇളം ശബ്ദത്തിൽ ചൊല്ലുമായിരുന്നു...

"രാമ രാമ രാമ രാമ രാമ രാമ... പാഹിമാം...രാമപാദം ചേരണേ മുകുന്ദ രാമ പാഹിമാം" സന്ധ്യയുടെ നിശബ്ദതയെ കീറിമുറിച്ച് ഞങ്ങളുടെ നാമജപങ്ങൾ അന്തരീക്ഷത്തിൽ പ്രതിധ്വനിച്ചു. എല്ലാവർക്കും ശാന്തിയും സമാധാനവും കിട്ടാനുള്ള പ്രാർത്ഥനയും.. കുടുംബത്തിൻറെ ഐക്യത്തിനും, കരുതലിനും ആയുള്ള പ്രാർത്ഥനയും ഞങ്ങൾ മുടങ്ങാതെ എല്ലാ സന്ധ്യാവേളയിലും ചെയ്തുവന്നിരുന്നു.

സന്ധ്യാനാമജപം

വൈദ്യുതി എത്താത്ത ഗ്രാമത്തിൽ സന്ധ്യയായാൽ ഇരുട്ടു മൂടുന്നത് ഇഷ്ടമുള്ള കാഴ്ചയായിരുന്നില്ല. എന്നാൽ ഈ ഇരുട്ടിനെ ദൂരീകരിക്കാൻ വീടിനു ചുറ്റും തന്ത്രപരമായി സ്ഥാപിച്ച മണ്ണെണ്ണ വിളക്കുകകൾക്ക് കഴിയുമായിരുന്നു. ആ പ്രകാശത്താൽ വീട് തിളങ്ങി. ഈ വിളക്കുകൾ പാകപ്പെടുത്തി എടുക്കുന്നതും എന്റെ ചുമതലയായിരുന്നു. പരമ്പരാഗത പിച്ചള എണ്ണവിളക്കിന്റെ, മധ്യഭാഗത്തുള്ള കുഴലിൽ പഴയ വെള്ള മുണ്ട് കീറി ഉരുട്ടി തയ്യാറാക്കി എടുക്കുന്ന തിരിയിട്ട് വിളക്കിൽ മണ്ണെണ്ണ ഒഴിച്ചു കത്തിക്കും. ഇത്തരത്തിലുള്ള വിളക്കുകൾ അന്ന് സർവ്വസാധാരണമായി എല്ലാ വീടുകളിലും ഉണ്ടായിരുന്നു. ആഴ്ചയിൽ രണ്ടുതവണ വിളക്കുകളിലെല്ലാം ഞാൻ മണ്ണെണ്ണ നിറച്ചു വയ്ക്കും. തിരികൾ കൃത്യമായി കത്തുന്ന രീതിയിൽ തുണി കീറി പാകപ്പെടുത്തി വയ്ക്കുമായിരുന്നു.

രാത്രിയിലെ അടിയന്തര സാഹചര്യങ്ങൾക്കായി 'എവറെഡി', അല്ലെങ്കിൽ 'നിപ്പോ' ബാറ്ററികൾ ഉപയോഗിച്ചുള്ള ടോർച്ച് ലൈറ്റ് ഉണ്ടായിരുന്നു. അത് വിലയേറിയതും, അതിന്റെ ഉപയോഗം മിതമായതും ആയിരുന്നു. വളരെ അത്യാവശ്യമാണെങ്കിൽ മാത്രം അത് ഓണാക്കും. ഒരു ചെറിയ അത്ഭുതം പോലെ അതിന്റെ ''നീണ്ട വെളിച്ചം" ഇരുട്ടിനെ മുറിച്ചിരുന്നു.

വിനോദത്തിനും, വിശാലമായ ലോകവുമായുള്ള ബന്ധത്തിന്റെ ഏക മാർഗ്ഗം തുകിൽ ബാഗിൽ പൊതിഞ്ഞ ഒരു ഫിലിപ്സ് റേഡിയോ ആയിരുന്നു. അപ്പന് റേഡിയോയുടെ ലൈസൻസും അന്നുണ്ടായിരുന്നു.!! ആ അത്ഭുത റേഡിയോ അപ്പന്റെ നിധിയായിരുന്നു. കർശനമായ അച്ചടക്ക ബോധത്തോടെ അതിന്റെ ഉപയോഗം അദ്ദേഹം നിയന്ത്രിച്ചിരുന്നു. സാധാരണയായി വാർത്താ പ്രക്ഷേപണങ്ങളോ, കാലാവസ്ഥാവിവരണങ്ങളോ, കാർഷിക പരിപാടികളോ അപ്പൻ അനുവദിച്ചാൽ മാത്രമേ ഞങ്ങൾക്ക് കേൾക്കാനാവൂ. നാണ്യവിളകൾ, കമ്പോള നിലവാരം തുടങ്ങിയ പദങ്ങളും വാർത്തയുടെ കാവ്യാത്മകമായ താളവും, ഞങ്ങളുടെ പദാവലിയുടെ ഭാഗമായി അങ്ങനെ മാറി. ഇത് ഞങ്ങളെ ഗ്രാമത്തിനപ്പുറത്തുള്ള അദൃശ്യ ലോകവുമായി ബന്ധിപ്പിച്ചു വന്നിരുന്നു.

ഭൗതിക സമ്പത്തിൽ എളിമ ഉള്ളതാണെങ്കിലും എന്റെ ജീവിതം പാരമ്പര്യം, അച്ചടക്കം, കുടുംബബന്ധങ്ങളുടെ ദൃഢത എന്നിവയാൽ സമ്പന്നമായിരുന്നു. നിലവിളക്കിന്റെ പ്രൗഢപ്രകാശത്തിലും, മിന്നാമിനുങ്ങിന്റെ നുറുങ്ങു വെട്ടത്തിലും പങ്കുവച്ച പ്രാർത്ഥനയുടെ ഊഷ്മളതയും, റേഡിയോയുടെ മൃദുവായ മൂളലും.. ഞങ്ങളുടെ ജീവിത നാൾവഴികളുടെ നെയ്ത്തു നൂലുകൾ ആയിരുന്നു. മണ്ണെണ്ണ വിളക്കിന്റെ പ്രഭയിൽ കൂടെ ഒരു ആധുനിക

സൗകര്യത്തിനും പകരം വയ്ക്കാൻ കഴിയാത്ത സത്യവും, സമാധാനവും, പ്രകാശവും ഞാൻ കണ്ടെത്തി.

3

മലമുകളിലെയും, താഴ്വരയിലെയും കാൽപ്പാടുകൾ: എന്റെ പഠനകാലം

ഞങ്ങളുടെ വീടിനടുത്തുള്ള കുന്നിൻ മുകളിൽ സ്ഥിതിചെയ്യുന്ന കരിപ്പലങ്ങാട് പ്രൈമറി സ്കൂളിൽ നിന്നാണ് എന്റെ സ്കൂൾ ദിനങ്ങൾ ആരംഭിച്ചത്. നാലാം ക്ലാസ് വരെ ഞാൻ അവിടെ പഠിച്ചു. ഓരോ ദിവസവും രാവിലെ സ്കൂളിലേക്കുള്ള യാത്രയും, ക്ലാസ് മുറിയിൽ നിന്ന് ഞാൻ പഠിച്ച പാഠങ്ങൾ പോലെ അവിസ്മരണീയമായിരുന്നു.

സ്കൂൾ പഠനകാലം

ഞങ്ങളുടെ വീട്ടിൽ നിന്ന് കുന്നു കയറി വളഞ്ഞ വഴികളിലൂടെ ഞാൻ നഗ്നപാദയായി നടന്നിരുന്നു. കയറ്റം എളുപ്പമായിരുന്നില്ല, കാരണം മലഞ്ചെരുവിലേക്ക് പാത കൊത്തിയെടുത്ത പടി പോലുള്ള വിഭജനങ്ങളിലൂടെയായിരുന്നു യാത്ര. ഓരോന്നും വിവിധ കാർഷിക വിളകൾക്കായി ഉദ്ദേശിച്ച് രൂപകൽപന ചെയ്തതായിരുന്നു. നീണ്ടുനിൽക്കുന്ന കൽപ്പടവുകൾ... കലാപരമായി രൂപപ്പെടുത്തിയ ഈ പ്രകൃതിദത്ത പാതകൾ, ഞാൻ കയറുമ്പോൾ ഉറച്ച കാൽ വെപ്പുകൾ എനിക്ക് നൽകി.

കർഷകർ ഈ കുന്നിൻപുറങ്ങൾ എത്ര വിദഗ്ധമായി രൂപകൽപ്പന ചെയ്തിരിക്കുന്നതെന്ന് കുട്ടിയായിരുന്നപ്പോൾ പോലും ഞാൻ ചിന്തിച്ചിരുന്നു. ഓരോ ചുവടും മരച്ചീനി, അല്ലെങ്കിൽ പച്ചക്കറികൾ പോലുള്ള വിളകൾ നിലനിർത്താൻ തക്ക വിസ്താരത്തിൽ മഴവെള്ളം ഒലിച്ചു പോകാതെ നിലനിർത്താൻ വേണ്ടുന്നതായിരുന്നു. മലഞ്ചെരുവിൽ നിന്ന് നീണ്ടുനിൽക്കുന്ന കൽപ്പടവുകൾ എൻറെ വിശ്വസ്ത വഴികാട്ടികൾ ആയിരുന്നു. എനിക്ക് ചുറ്റും മൂടൽ മഞ്ഞാൽ ആവരണപ്പെട്ട മഞ്ഞുവീഴ്ചയുള്ള പ്രഭാതങ്ങളിൽ പോലും ഞാൻ ഒരിക്കലും വഴുതുകയോ, തെന്നി വീഴുകയോ ചെയ്തിട്ടില്ല. ഈ കലാപരമായ കൽപ്പടവുകൾ കയറുമ്പോൾ എന്റെ പൂർവികരുടെ കൈവെള്ളയിൽ കൂടെ ഞാൻ നടക്കുന്നതുപോലെ... ഭൂമിയുമായും ഞാൻ അഗാധമായി ബന്ധപ്പെട്ടിരിക്കുന്നതായി എനിക്ക് തോന്നി.

അക്കാലത്ത് ചെരുപ്പുകൾ ഞങ്ങൾക്കില്ലായിരുന്നു. ചെരുപ്പ് അന്നൊരു ആഡംബരമായിരുന്നു. പക്ഷേ നഗ്നപാദയായി നടന്നിരുന്നത് എന്നെ ഒരിക്കലും ബുദ്ധിമുട്ടിപ്പിച്ചിട്ടില്ല. ഭൂമിക്ക് രാവിലെ നല്ല തണുപ്പും, ഉച്ച വെയിലിന് ചൂടും അനുഭവപ്പെട്ടു. ഓരോ ചുവടും, ഓരോ കയറ്റവും എൻറെ ദൈനംദിന താളത്തിന്റെ ഭാഗമായി മാറി. കുന്നിൻ മുകളിലെ എൻറെ സ്കൂളിലെത്താൻ ഉള്ള പരിശ്രമത്തിൽ പ്രകൃതിയുടെ മനോഹാരിത മുഴുവൻ ഞാൻ എന്നിൽ സമന്വയിപ്പിച്ചു.

നാലാം ക്ലാസ് വരെ മാത്രമേ ഞാൻ പഠിച്ച കുന്നിൻ മുകളിലെ സ്കൂളിൽ ഉണ്ടായിരുന്നുള്ളൂ. അഞ്ചാം ക്ലാസ് മുതൽ ഞാൻ മൂലമറ്റം പള്ളിക്ക് സമീപമുള്ള സെൻറ് ജോർജ് യു. പി സ്കൂളിലേക്ക് ചേർക്കപ്പെട്ടു. ആ സ്കൂൾ ഇന്നും അതിൻറെ എല്ലാ മഹത്വത്തോടെയും, അഭിമാനത്തോടെയും നിലകൊള്ളുന്ന കാര്യം ഞാൻ അഭിമാനകരമായി ഓർമ്മിപ്പിക്കട്ടെ. പുതിയ സ്കൂളിലേക്കുള്ള എൻറെ യാത്ര കുന്നുകളും, താഴ് വരകളും കടന്ന്.. നടവഴിയേ കാണുന്ന അണ്ണാനേയും, തുമ്പികളേയും കണ്ട് സംവദിച്ച് അരുവികളും, കൈവഴികളും താണ്ടിയുള്ള യാത്ര.. അത് വല്ലാത്ത ഒരു അനുഭവമായിരുന്നു എനിക്ക്.

സ്കൂളിലേക്കും, തിരിച്ചു പോരുന്ന കുന്നിൽ വഴികളിൽ ഒഴുകുന്ന പ്രകൃതിദത്തമായ നീരുറവകളിൽ നിന്നും, ചെറിയ തോടുകളിൽ നിന്നും ധാരാളം വെള്ളം കുടിച്ചു ദാഹം ശമിപ്പിച്ചു. ഇന്ന് കുപ്പിവെള്ളം എന്ന പേരിൽ കടയിൽ നിന്ന് കിട്ടുന്നതിനേക്കാൾ തണുത്തതും, ഉന്മേഷദായകവും ആയിരുന്നു അത്. അക്കാലത്ത് പ്ലാസ്റ്റിക് കുപ്പികളിൽ "മിനറൽ വാട്ടർ" എന്നത് കേട്ടുകേൾവിയില്ലാത്ത കാര്യമായിരുന്നു. പ്രകൃതിയുടെ വരദാനമായി ഞങ്ങൾ അരുവികളെ വിശ്വസിച്ചു.

ഈ അരുവിയുടെ തീരത്ത് കുറച്ചു സമയം ചിലവഴിക്കുന്നത്, ഞങ്ങളുടെ ദൈനംദിന സ്കൂളിൽ പോക്കിന്റെ ഭാഗമായി മാറി. ചിലപ്പോൾ വെള്ളം കൈകളിലൂടെ ഒഴുക്കാൻ അനുവദിച്ചു കൊണ്ടും, ചിലപ്പോൾ കൈകൾ കോർത്ത് വെള്ളം കോരി മുഖത്ത് ഒഴിച്ചു കൊണ്ടും.. ഞങ്ങൾ അരുവിയുടെ തണുത്ത വെള്ളത്തിന്റെ സൗന്ദര്യം ആവോളം നുകർന്നിരുന്നു. ഞങ്ങളുടെ മുഖത്ത് തണുത്ത മൂടൽ മഞ്ഞിന്റെ തണുപ്പും അനുഭവപ്പെട്ടിരുന്നു. ജലത്തിന്റെ മധുരവും, ശുദ്ധമായ രുചി ഞങ്ങളുടെ ക്ഷീണത്തെ മാറ്റി.. ഞങ്ങളുടെ മുന്നോട്ടുള്ള യാത്രയ്ക്ക് ഞങ്ങൾക്ക് സഞ്ജീവനി പോലെ ഈ അരുവികളിൽ നിന്നുള്ള ജലം ഊർജ്ജം തന്നിരുന്നു. വേനൽ കാലങ്ങളിൽ പോലും അരുവികൾ ഒരിക്കലും വറ്റിയില്ല. അവയുടെ സൗമ്യമായ ഒഴുക്ക് ഞങ്ങൾക്ക് ഒരു താളാത്മകതയായി തോന്നി. ഞാനും എന്റെ സഹോദരങ്ങളും പലപ്പോഴും കുടിക്കാൻ മാത്രമല്ല കളിക്കാനും ഈ നദിയിലെ വെള്ളം ഉപയോഗിച്ചിരുന്നു. പരസ്പരം വെള്ളം തെറിപ്പിച്ചും.. തൊട്ടാവാടി ഇലകളെ തൊട്ടും കുട്ടിത്തത്തിന്റെ എല്ലാ ചാപല്യങ്ങളോടും കൂടി കളിച്ച് രസിച്ച് ഞങ്ങൾ സ്ക്കൂളിൽ പോക്ക് ഒരു ആഘോഷമാക്കിയിരുന്നു.

സ്കൂളിലേക്ക്.. ആ പടിക്കെട്ടുകളിലൂടെ...

അരുവികൾ ജലസ്രോതസ്സുകൾ മാത്രമല്ല. അവ കുന്നുകളുടെ ഒരു ഭാഗമായിരുന്നു.. ഭൂമിയുമായും, അതിൻറെ ജീവൻ നൽകുന്ന ശക്തിയുമായും ഞങ്ങളെ ബന്ധിപ്പിച്ചിരുന്നു. അരുവികളിൽ ചിലവഴിച്ച ഈ നിമിഷങ്ങൾ എൻറെ ഓർമ്മയിൽ മായാതെ നിൽക്കുന്നു. ജീവിതം വളരെ ലളിതവും പ്രകൃതി അതിനായി നമുക്കാവശ്യമായതെല്ലാം നൽകിയതുമായ ഒരു കാലത്തെ ഓർമ്മപ്പെടുത്തുന്നു.. സ്കൂളിലേക്കുള്ള യാത്രയും തിരിച്ചുമുള്ള കുന്നു കയറ്റവും എല്ലാം എൻറെ മനസ്സിൽ മങ്ങാതെ, മായാതെ നല്ല ഓർമ്മകൾ ആയി ഇന്നും അവശേഷിക്കുന്നു.

ശാരീരികമായി എത്ര നടന്നിട്ടും, ഒരിക്കൽപോലും ക്ഷീണമോ തളർച്ചയോ, ഭയമോ ഒന്നും ഞങ്ങൾക്ക് തോന്നിയിരുന്നില്ല. എന്നും പിന്നിട്ട വഴികളും, കുന്നുകളും ചിര പരിചിതമായിരുന്നു.. താഴ് വാരങ്ങൾ ആശ്വാസകരമായിരുന്നു.. പ്രകൃതിയുടെ ശബ്ദങ്ങൾ എന്നും സന്തോഷമായ ഓർമ്മകൾ സമ്മാനിച്ചിരുന്നു. എൻറെ ജീവിതത്തിലെ ഏറ്റവും സന്തോഷകരമായ സമയമായിരുന്നു സ്കൂൾ ദിനങ്ങൾ.

ഞാൻ പഠിത്തത്തിൽ വളരെ മിടുക്കിയായിരുന്നു. പലപ്പോഴും ശരാശരിക്ക് മുകളിലായിരുന്നു എൻറെ പഠനനിലവാരം. ഞാൻ എൻറെ അധ്യാപകർക്കിടയിൽ വളരെ വേഗം പ്രിയപ്പെട്ടവളായി മാറി. അവരുടെ പ്രോത്സാഹനവും, മാർഗ്ഗനിർദ്ദേശവും, വിദൂര കുന്നുകളിൽ വളർന്നുവന്ന ഒരു

• 18 •

പെൺകുട്ടിയായിരുന്നിട്ടും, എന്റെ കഴിവുകൾക്ക് കൂടുതൽ ആത്മവിശ്വാസം നൽകി.

വൈകുന്നേരങ്ങളിൽ സ്കൂൾ കഴിഞ്ഞാൽ പള്ളിയുടെ അടുത്തോ, അരുവിയുടെ തീരത്തോ ഞാൻ വിശ്രമിക്കുമായിരുന്നു. അസ്തമയ സൂര്യന്റെ നിറങ്ങൾ പ്രതിഫലിപ്പിച്ച് കല്ലുകൾക്ക് മുകളിലൂടെ വെള്ളം ഒഴുകുന്നത് കാണാൻ ഞാൻ ഇഷ്ടപ്പെട്ടു. സായാഹ്ന വെളിച്ചത്തിൽ താഴ് വാരങ്ങൾ സ്വർണ നിറമായി കാണപ്പെട്ടു. ആ കാഴ്ച എന്നിൽ അത്ഭുതം നിറച്ചു. വീട്ടിലേക്ക് മടങ്ങുമ്പോൾ എന്റെ പാദങ്ങൾ ചെറുതായി വേദനിച്ചാലും.. എന്റെ ഹൃദയം നിറയെ സ്വപ്നങ്ങളും, ഓരോ ദിവസവും പുതിയ എന്തെങ്കിലും പഠിച്ചതിലുള്ള സന്തോഷവും ആയിരുന്നു.

ഈ സ്കൂളിൽ ദിന ഓർമ്മകളിൽ പുസ്തകങ്ങളും, ക്ലാസ് മുറികളും മാത്രമായിരുന്നില്ല. എന്റെ ഓർമ്മകൾ ആ യാത്രകളെ കുറിച്ച് കൂടി ആയിരുന്നു. മല മുകളിലെയും, താഴ് വരകളിലെയും അവശേഷിപ്പിച്ച കാൽപ്പാടുകൾ ...ഞാൻ സ്നേഹിച്ച ഭൂമിയിലെ വിലമതിക്കാനാവാത്ത ഓർമ്മകൾ.. ജീവിതത്തിൽ നിന്ന് ഞാൻ പഠിച്ച സഹിഷ്ണുതയും, ജിജ്ഞാസയും എല്ലാം എന്നെ ഇന്നത്തെ വ്യക്തിയായി രൂപപ്പെടുത്തി.

4

ഉരപ്പുരയിലെ എന്റെ തീണ്ടാരി ദിനങ്ങൾ

സ്കൂൾ ജീവിതം ദിനംതോറും എനിക്ക് കൂടുതൽ മനോഹരമായി തോന്നി തുടങ്ങിയിരുന്നു. ഓരോ ദിനവും കൂട്ടുകാരും, സഹോദരങ്ങളും ഒന്നിച്ച് കാടും, പുഴയും, കുന്നുകളും താണ്ടിയുള്ള യാത്ര. ജീവിതത്തിലെ കഠിനമായ പ്രശ്നങ്ങളെ അതിജീവിക്കാനുള്ള പ്രകൃതി തന്ന പാഠമായി ഞാൻ ഇന്നതിനെ മനസ്സിലാക്കുന്നു. ഇന്നത്തെ യുവതലമുറയ്ക്ക് ഒരിക്കലും ചിന്തിക്കാൻ പറ്റാത്ത തരത്തിലുള്ള അതിജീവനമായിരുന്നു അന്ന്.. ഓരോ കുട്ടികളും, ദൈനംദിന പ്രവർത്തികളിൽ ചെയ്തിരുന്നത്. ഇന്നത്തെ യുവ തലമുറ ഓരോ ചെറിയ പ്രശ്നങ്ങൾ വന്നാലും, ഒന്നിനെയും അതിജീവിക്കാനുള്ള മാനസിക പക്വത ഇല്ലാതെ ലോകത്തോട് വിട പറയാൻ ശ്രമിക്കുന്ന കാഴ്ച വേദനാജനകമായ സത്യമാണ്. പ്രകൃതിയുമായുള്ള സംവേദനങ്ങളും, എഴുതിച്ചേരലും നമ്മൾ നമ്മളെ തന്നെ പാകപ്പെടുത്താനുള്ള മാർഗമായി കാണണം.

ദിവസങ്ങൾ, ആഴ്ചകൾക്കും.. ആഴ്ചകൾ, മാസങ്ങൾക്കും.. വഴിമാറി കൊടുത്തു കൊണ്ടിരുന്നു. ഞാൻ എന്ന പെൺകുട്ടിയുടെ ശാരീരിക അവസ്ഥകളിൽ ചില മാറ്റങ്ങൾ പ്രകടമായി തുടങ്ങിയിരുന്നു. മുഖത്ത് ചെറിയ ചില മുഖക്കുരുക്കൾ പ്രത്യക്ഷപ്പെടാൻ തുടങ്ങി. ശരീരം മൊത്തത്തിൽ ഒന്നു പച്ച പിടിച്ചതുപോലെ, മുഖത്ത് ഭംഗിയാർന്ന തുടിപ്പുകൾ. എനിക്ക് കൂടുതൽ സമയവും പ്രകൃതിയോടും, സമ പ്രായക്കാരോടും സംവദിക്കാനുള്ള താല്പര്യം തോന്നിത്തുടങ്ങി.

പതിവുപോലെ രാവിലെ കൂട്ടുകാരേയും, ഇളയ സഹോദരങ്ങളേയും കൂട്ടി മലയും, കുന്നും, അരുവികളും താണ്ടി പ്രകൃതിയിൽ വീശിക്കൊണ്ടിരുന്ന മന്ദമാരുതന്റെ തലോടലുമേറ്റ് സ്കൂളിലേക്ക് പോകാൻ യാത്രയായി. സ്കൂളിൽ അന്നേദിവസം അസംബ്ലി ഉണ്ടായിരുന്നു. എനിക്ക് വല്ലാതെ അടി വയറു

വേദനിക്കുന്നതു പോലെ തോന്നി.... അല്ല..... എന്റെ തോന്നലല്ല, നന്നായി വേദനിക്കുന്നുണ്ടായിരുന്നു. ഇരു തുടകൾക്കിടയിലൂടെ എന്തോ ചൂട് ദ്രാവകം ഒഴുകുന്നത് പോലെ... ശരീരത്തിന് ചൂട് കൂടിയതുപോലെ... എനിക്ക് എന്തോ ഒരു പന്തി ഇല്ലായ്മ തോന്നി. ഞാൻ വേഗം സ്കൂളിലെ മൂത്രപ്പുരയിലേക്ക് ഓടി. അവിടെ ചെന്നതും എന്റെ അടിവസ്ത്രം മുഴുവൻ രക്തക്കളൾ.. കുട്ടിയായ ഞാൻ വല്ലാതെ ഭയന്നു പോയി. ഞാൻ ഉറക്കെ വാവിട്ട് നില വിളിച്ചു. എനിക്ക് തല കറങ്ങുന്നതുപോലെ തോന്നി. ഞാൻ അവിടെ മറിഞ്ഞുവീണു. ഇത് കണ്ട കൂട്ടുകാരികൾ ടീച്ചറെയും കൂട്ടി അവിടേക്ക് വന്നു. ടീച്ചർ എന്നെ പിടിച്ചു എഴുന്നേൽപ്പിച്ചു. കാര്യങ്ങൾ തിരക്കി. ടീച്ചർക്ക് കാര്യം മനസ്സിലായി. ടീച്ചർ എന്നെ സ്റ്റാഫ് റൂമിലേക്ക് കൂട്ടിക്കൊണ്ടുപോയി. വളരെ സൗമ്യമായി തന്നെ എന്നോട് ഒരു പെൺകുട്ടിയുടെ ശരീരത്തിന് പ്രകൃതി നൽകുന്ന മാറ്റങ്ങളാണ് ഇതെന്നും.. എങ്ങനെയാണ് വിവേകപരമായി ഈ അവസ്ഥ കൈകാര്യം ചെയ്യേണ്ടതെന്നും പറഞ്ഞു മനസ്സിലാക്കി തന്നു. എന്റെ മനസ്സിൽ അടിഞ്ഞുകൂടിയ ഭയാശങ്കകൾ വിട്ടൊഴിഞ്ഞു. എനിക്ക് വല്ലാത്ത ആശ്വാസം തോന്നി. ഞാൻ ഒരു യുവതിയായി മാറിയിരിക്കുകയാണെന്ന തിരിച്ചറിവ് എന്നെ ലജ്ജാവിവശയും, ഒപ്പം അഭിമാന പുളകിതയും ആക്കി.

സ്കൂളിൽ നിന്നും വീട്ടിലേക്ക്..

എന്റെ ശാരീരിക ബുദ്ധിമുട്ടുകൾ മനസ്സിലാക്കിയ ടീച്ചർ മറ്റു കുറച്ചു കൂട്ടുകാരികളെയും കൂട്ടി എന്നെ എന്റെ വീട്ടിലേക്ക് പറഞ്ഞു വിട്ടു. നേരത്തെ

സ്കൂളിൽ നിന്നും വന്ന എന്നെ കണ്ട അമ്മ കാര്യങ്ങൾ ചോദിച്ചറിഞ്ഞു. തൻറെ മകൾ പൂർണ്ണമായും സ്ത്രീയെന്ന നിലയിൽ പൂർണ്ണത പ്രാപിക്കാനുള്ള ഒരുക്കത്തിന് അവളുടെ ശരീരം സന്നദ്ധമായി എന്ന തിരിച്ചറിവിൽ അമ്മ സൗമ്യമായി പുഞ്ചിരിച്ചു. പുരാതന പാരമ്പര്യങ്ങളിൽ ആഴത്തിൽ വേരൂന്നിയ ഒരു സമൂഹത്തിൻറെ പാരമ്പര്യം ഉൾക്കൊണ്ട് കൊണ്ടുള്ള ഒരു പെൺകുട്ടിയുടെ ആദ്യ കാലഘട്ട ശാരീരിക പരിണാമത്തിൻറെ വിശുദ്ധമായ ചടങ്ങുകൾ ആയിരുന്നു പിന്നീടുള്ള ദിവസങ്ങളിൽ ആചരിച്ചു പോന്നത്.

അമ്മയും, കുടുംബത്തിലെ മുതിർന്ന സ്ത്രീകളും ചേർന്ന് എന്നെ വീടിനടുത്തു തന്നെയുള്ള ഒരു ചെറിയ കുടിലിൽ ആക്കി.. ഇതിനെ 'ഉരപ്പുര' എന്നും, 'തീണ്ടാരി പുര' എന്നും വിളിക്കും. ഇവിടുന്ന് എൻറെ തീണ്ടാരി ആചാരത്തിൻറെ ഒരുക്കങ്ങൾ തുടങ്ങി. എനിക്ക് അടിവസ്ത്രമായി ഉടുക്കാൻ വൃത്തിയുള്ള കോട്ടൻ തുണി പ്രത്യേക രീതിയിൽ മടക്കിത്തന്നു. അന്ന്, ഇന്നത്തേതു പോലെയുള്ള 'സാനിറ്ററി നാപ്കിനുകൾ' ഉണ്ടായിരുന്നില്ല. ഈ തീണ്ടാരി കുടിലുകൾ ഓരോ വീടിനോടും അനുബന്ധിച്ചുണ്ടായിരുന്നു. എൻറെ തീണ്ടാരി വിശേഷം അന്ന് തന്നെ ഞങ്ങളുടെ സമൂഹത്തിലെ സ്ത്രീകൾക്കിടയിൽ നിശബ്ദമായി പങ്കുവയ്ക്കപ്പെട്ടു.

വീടിനടുത്ത ഉരപ്പുര എന്ന ചെറിയ കുടിലിൽ ആദ്യ ഏഴ് ദിവസം തികച്ചും ഒറ്റപ്പെടൽ എന്ന അവസ്ഥയിലായിരുന്നു ഞാൻ. ഉരപ്പുരയുടെ ചുമരുകൾ കൈകൊണ്ട് നെയ്ത പരമ്പു പായകൾ കൊണ്ട് മറച്ചിരുന്നു. ഏഴു ദിവസം ഞാൻ സ്വയം ഭക്ഷണം പാകം ചെയ്യണമെന്ന് അമ്മ എന്നോട് പറഞ്ഞു. ലളിതവും, പോഷകപ്രദവുമായ വിഭവങ്ങൾ ഉണ്ടാക്കാൻ അമ്മ എന്നെ പഠിപ്പിച്ചു തന്നു. മഞ്ഞൾ ചേർത്ത ചോറ്, ജീരകം ചേർത്ത പയർ കറി, വാഴയിലയിൽ പൊതിഞ്ഞ് ആവിയിൽ വേവിച്ച ചക്ക.. ഇവ സ്വയം പാചകം ചെയ്യുന്ന ഈ പ്രവർത്തികൾ പ്രതീകാത്മകമായിരുന്നു. എന്നെ സ്വയം പര്യാപ്തയാക്കാനുള്ള ഒരു പഠനമായിരുന്നു അതെന്ന് ഇന്ന് ഞാൻ മനസ്സിലാക്കുന്നു.

തീണ്ടാരി ദിനങ്ങൾ...ഉരപ്പുരയിൽ

എല്ലാ ദിവസവും വൈകുന്നേരങ്ങളിൽ എന്റെ മുത്തശ്ശി കുടിലിന്റെ വെളിയിൽ വന്ന് എന്നോട് സംസാരിക്കും. സ്ത്രീത്വവും, ശക്തിയും, ബുദ്ധിയുമുള്ള ഞങ്ങളുടെ വംശത്തിലെ സ്ത്രീകളുടെ കഥകൾ എന്നോട് പറഞ്ഞു തന്നു. ഈ ദിവസങ്ങളിൽ കൂടുതൽ വിശ്രമിക്കാൻ പറഞ്ഞും.. കൂടാതെ ഗ്രാമീണമായ പാട്ടുകൾ പാടി തന്നും എന്നെ പ്രോത്സാഹിപ്പിച്ചു. ജീവിതചക്രങ്ങളെ ആദരിക്കുന്നതിനിടയിൽ പ്രായ പൂർത്തിയായതിന്റെ ഉത്തരവാദിത്വങ്ങളിലേക്കും, സന്തോഷങ്ങളിലേക്കും കടക്കാൻ എന്നെ പാകപ്പെടുത്തുന്നതിനായാണ് ഈ ആചാരങ്ങൾ എന്നു ഞാൻ വഴിയേ മനസ്സിലാക്കി.

തീണ്ടാരി ദിനങ്ങളിലെ ഓരോ പ്രഭാതത്തിലും മഞ്ഞളും, ചന്ദനവും, ഔഷധസസ്യങ്ങളും ചേർത്ത കൂട്ട് എന്റെ ശരീരത്തിൽ മുഴുവൻ പുരട്ടി നിന്ന്, അരുവിയിലെ തണുത്ത ജലത്തിൽ നീരാട്ട് നടത്തി പ്രകൃതിയുമായി ഞാൻ കൂടുതൽ ഇഴുകി ചേർന്നു. ഈ പ്രവർത്തികൾ ഓരോ ദിനവും എനിക്ക് പുതിയ ഊർജ്ജം തന്നു കൊണ്ടിരുന്നു. പച്ച മരുന്നുകളുടെ വാസന എന്റെ മുടിയിഴകളിൽ തങ്ങി നിന്നു. പതിനാല് ദിവസത്തെ തീണ്ടാരി കുടിലിലെ ഒറ്റപ്പെടലിനു ശേഷം ഞാൻ ഞങ്ങളുടെ വീട്ടിലേക്ക് മടങ്ങിയെത്തി. വീട്ടിലേക്ക് പ്രവേശിച്ചത് മുതൽ സ്ത്രീകൾ എന്നെ മുല്ലപ്പൂക്കൾ കൊണ്ട് അലങ്കരിക്കുകയും, പരമ്പരാഗത സാരികൾ സമ്മാനിക്കുകയും, കുടുംബ

ക്ഷേത്രം, അയ്യപ്പക്ഷേത്രം എന്നിവിടങ്ങളിൽ എനിക്കുവേണ്ടി പ്രത്യേക പൂജകൾ നടത്തുകയും ചെയ്തു. കുടുംബത്തിലെ മുതിർന്നവർ എന്നെ അനുഗ്രഹിക്കുകയും ചെയ്തു.

പതിനാല് ദിവസങ്ങൾ അവസാനിച്ചപ്പോൾ ഒരു വലിയ വിരുന്നോടെ എന്നെ അവർ തിരികെ വീട്ടിലേക്ക് സ്വീകരിച്ചു. പുരുഷന്മാർ തേങ്ങാ കറികളും, അവിയൽ, വേവിച്ച ചോറും, പായസവും അടങ്ങിയ വിഭവസമൃദ്ധമായ ഭക്ഷണം ക്ഷണിച്ചെത്തിയ ബന്ധുജനങ്ങൾക്കായി തയ്യാറാക്കി. ആദ്യമായി പുതിയ സാരി ഉടുത്ത എനിക്ക് ലജ്ജയും, അഭിമാനവും തോന്നി.

പുരാതന ആചാരങ്ങളിൽ വേരുന്നിയതാണെങ്കിലും സമൂഹത്തോടും, പ്രകൃതിയോടും, സ്ത്രീത്വത്തോടും, കുടുംബത്തോടും, പാരമ്പര്യത്തോടും ഉള്ള അഭേദ്യമായ ബന്ധങ്ങളോടുള്ള ആദരവായി ഈ ചടങ്ങുകൾ നിലനിന്നു പോന്നിരുന്നു. ഋതുഭേദങ്ങളുമായി ജീവിതം അഭേദ്യമായി ബന്ധപ്പെട്ടിരുന്നു. ഇടുക്കിയിലെ മലയോരങ്ങളിൽ ഇത്തരം ആചാരങ്ങൾ കേവലം അനുഷ്ഠാനങ്ങൾ മാത്രമായിരുന്നില്ല. അവ ജീവിതത്തിൻറെ തന്നെ ആഘോഷമായിരുന്നു. ജനനം, വളർച്ച എന്നീ ജീവിത ചക്രങ്ങളെ ബഹുമാനിക്കാനുള്ള ഒരു മാർഗ്ഗം കൂടിയായിരുന്നു ഈ ആചാരങ്ങൾ.

തീണ്ടാരി ആചാരം ഐക്യത്തിന്റെയും, ആദരവിന്റെയും സ്വയം തിരിച്ചറിവിൻറെയും ആത്മ പരിശോധനയുടെയും നാളുകളായിരുന്നു. ആദ്യ കാലങ്ങളിലെ പെൺകുട്ടിയുടെ ഈ ഒറ്റപ്പെടുത്തൽ ഒരു ശിക്ഷയായോ, അശുദ്ധിയായോ തെറ്റിദ്ധരിക്കപ്പെട്ടിരുന്നു. എന്നാൽ ദൈനംദിന ജീവിത തിരക്കുകൾക്കിടയിൽ ശരിയായ ശാരീരിക വിശ്രമം എടുക്കുന്നതിനും സ്വയം ആത്മവിശകലനം നടത്താനും ഈ ദിനങ്ങൾ എന്നെ സഹായിച്ചു.

ആധുനികത പലപ്പോഴും ആളുകളെ അവരുടെ വേരുകളിൽ നിന്ന് അകറ്റുന്ന കാലഘട്ടത്തിൽ, ഉരപ്പുരയിലെ തീണ്ടാരി ദിനങ്ങൾ,പാരമ്പര്യത്തിൽ നിന്ന് അവരുടെ പൈതൃകവുമായി ബന്ധപ്പെട്ടിരിക്കുന്ന ഒരു മാർഗ്ഗം ആയി കരുതുന്നു. പുരോഗതിയും, സംരക്ഷണവും തമ്മിലുള്ള സന്തുലിതാവസ്ഥയുടെ ഓർമ്മപ്പെടുത്തൽ ആയിരുന്നു അത്. പുതിയതിനെ സ്വീകരിക്കുമ്പോൾ പഴയതിനെ ബഹുമാനിക്കേണ്ടതിന്റെ പ്രാധാന്യം പുതുതലമുറയ്ക്ക് മനസ്സിലാക്കി തരുന്നു ഈ ആചാരങ്ങൾ. അതിനായി തീണ്ടാരി ആചാരം ഒരു സാംസ്കാരിക അവശിഷ്ടത്തേക്കാൾ.. മനുഷ്യരുടെയും, പ്രകൃതിയുടെയും ദൈവികതയുടെയും പരസ്പരബന്ധം ഉറപ്പിക്കുന്ന ഒരു പരിശീലനം ആയിരുന്നു അത്. ഒരു ജൈവീക സംഭവത്തെ ആത്മീയവും, സാമുദായികവുമായ ആഘോഷമാക്കി മാറ്റിയ ഒരു ചടങ്ങ് ആയിരുന്നു അത്.

5

പ്രതിരോധത്തിന്റെയും, സ്വപ്നങ്ങളുടെയും യാത്ര

തീണ്ടാരി ആചാരങ്ങൾ കഴിഞ്ഞതോടെ ഞാൻ പതിവുപോലെ സ്കൂളിൽ പോയി തുടങ്ങി. ഏഴാം ക്ലാസിലെ വാർഷിക പരീക്ഷയ്ക്ക് ഇനി അധിക ദിവസങ്ങൾ ഇല്ല. ഏഴാം ക്ലാസ് കഴിഞ്ഞാൽ എട്ടാം ക്ലാസിലെ തുടർ പഠനത്തിന് മറ്റൊരു സ്കൂളിലേക്ക് പോകണം. ഞങ്ങൾ കൂട്ടുകാരികൾ ഈ വിഷയങ്ങളെക്കുറിച്ചും പുതിയ സ്കൂളിനെ കുറിച്ചും ഒഴിവുസമയങ്ങളിൽ ചർച്ച നടത്തിയിരുന്നു. ഞാൻ പഠന കാര്യങ്ങളിൽ മിടുക്കി ആയതുകൊണ്ട് വാർഷികാവസാന പരീക്ഷയിൽ ഉയർന്ന മാർക്ക് കിട്ടുമെന്ന് എനിക്കും, എന്നെ പഠിപ്പിച്ചിരുന്ന അധ്യാപകർക്കും ഉറപ്പായിരുന്നു. എന്നാൽ തീണ്ടാരി ആചാരങ്ങൾക്കിടയിൽ അപ്പൻ അമ്മയോട് എന്റെ പഠന കാര്യത്തെ കുറിച്ച് സംസാരിക്കുന്നത് അവിചാരിതമായി ഞാൻ കേട്ടിരുന്നു.. ഞാൻ മുതിർന്ന പെണ്ണായെന്നും ആവശ്യത്തിനുള്ള പഠിത്തമൊക്കെയായി എന്നും.. ഈ കൊല്ലം കഴിഞ്ഞാൽ പഠിത്തം നിർത്തണമെന്നും അപ്പൻ അമ്മയോട് പറഞ്ഞു. അപ്പന്റെ വാക്കിന് എതിർവാ പറയാൻ ധൈര്യം ഇല്ലാത്തതുകൊണ്ട് അമ്മ മൗനം പാലിച്ചു നിന്നു. ഇത് എന്റെ മനസ്സിനെ വല്ലാതെ അലോസരപ്പെടുത്തിയിരുന്നു.

വാർഷിക പരീക്ഷയും, അവധിയും കഴിഞ്ഞ് എട്ടാം ക്ലാസിലെ ക്ലാസ് ആരംഭിക്കുന്ന സമയമായപ്പോൾ അപ്പൻ ഒരു ദിവസം രാവിലെ എന്നെ ഉമ്മറത്തേക്ക് വിളിച്ചു, എന്നിട്ട് പറഞ്ഞു ..."കല്ല്യാണി.....നീ ഈ വീട്ടിലെ മുതിർന്ന കുട്ടിയാണ്, നിനക്ക് ഇനി ഒത്തിരി ഉത്തരവാദിത്വങ്ങൾ ചെയ്യാനുണ്ട്, ഇളയതുങ്ങൾക്ക് നീ വേണം എല്ലാം ചെയ്തു കൊടുക്കാൻ.. വായിക്കാനും എഴുതാനുമുള്ള അറിവൊക്കെ നീ പഠിച്ചിട്ടുണ്ടല്ലോ ...പെണ്ണുങ്ങൾക്ക് ആ പഠിത്തമൊക്കെ ധാരാളം മതി. അടുക്കള കാര്യങ്ങളും, വീടും പറമ്പും ഒക്കെ

നന്നായി നോക്കാനും ഇനി നീ പഠിച്ചാൽ മതി.. ഇനി മുതൽ നീ സ്കൂളിൽ പോകണ്ട "... ഇത് കേട്ട് എന്റെ തലയിൽ കൂടി ഒരു കൊള്ളിയാൻ മിന്നി. ലോകം തലകീഴായി മറിയുന്നത് പോലെ എനിക്ക് തോന്നി.. എന്റെ ജീവിതത്തിലെ സന്തോഷങ്ങളെല്ലാം കെട്ടടങ്ങിയോ? ഇനി കുന്നും, പുഴയും താണ്ടി കൂട്ടുകാർക്കൊപ്പം ആർത്തുല്ലസിച്ച് പുതിയ പുസ്തകത്തിന്റെ ഗന്ധവും, പുസ്തകത്താളുകൾ മറിക്കുന്ന താളവും, ചോക്കുപൊടിയുടെ ഗന്ധവും എല്ലാം എനിക്ക് അന്യമാകുമോ ? മനസ്സ് വിഷമം കൊണ്ട് വിങ്ങിയമർന്നു..

പഴയ പാഠപുസ്തകങ്ങളിലൂടെ..

പിന്നെയുള്ള ദിനങ്ങൾ എല്ലാം യാന്ത്രികമായിരുന്നു. എന്നത്തേയും പോലെ വീട്ടുജോലികളും, പറമ്പിലെ ജോലികളും ചെയ്തു. എത്ര ആലോചിച്ചു നോക്കിയിട്ടും അപ്പന്റെ ന്യായം എനിക്ക് മനസ്സിലായില്ല. ഞാൻ പഠിക്കാൻ പോകുന്നത് അപ്പൻ എന്തിനാണ് വിലക്കുന്നത്? അന്ന് തിരുവായ്ക്ക് എതിർവാ പറയാൻ എനിക്ക് ത്രാണിയില്ലായിരുന്നു. ഞാൻ എന്റെ വിഷമങ്ങൾ ഉള്ളിലൊതുക്കി പതിവ് ചര്യകളിലൂടെ കടന്നുപോയി. അമ്മയും എനിക്ക് വേണ്ടി അപ്പനോട് യാചിച്ചു നോക്കി. പക്ഷേ അപ്പന്റെ തീരുമാനങ്ങൾ എന്നും ഉറച്ചതായിരുന്നു. ഞങ്ങളുടെ പറമ്പിൽ നിൽക്കുന്ന ഉറച്ച പാറ പോലെ...

സ്കൂളിൽ പോക്ക് നിർത്തിയ ഞാൻ വീട്ട് ജോലികളിലും, ഇളയ സഹോദരങ്ങളുടെ കാര്യങ്ങളിലും സദാ വ്യാപൃതയായി. മ്ലാനമായ

മനസ്സോടെ ഇരുന്ന എനിക്ക് വീട്ടിൽ നടന്ന കപ്പവാട്ടും, ചക്കവാട്ടുമാണ് ഉണർവ് പകർന്നത്. വലിയ ചെമ്പിൽ കപ്പയും, ചക്കയും മരച്ചീനിയും ഒക്കെ തിളച്ച വെള്ളത്തിൽ ഇട്ട് വാട്ടി.. വീടിനടുത്തുള്ള പരന്ന പാറക്കല്ലുകളിൽ ഉണക്കാൻ ഇടും.

കപ്പ വാട്ട് ആഘോഷം

ഈ ഉദ്യമങ്ങളിൽ പ്രകൃതിയുടെ കൂടി കനിമുണ്ടാവണം... എങ്ങനെയെന്നാൽ മഴ പെയ്യാതെ പ്രകൃതി തന്നെ തണ്ണീർത്തടത്തെ പിടിച്ചു വയ്ക്കും. ഇങ്ങനെ ഉണക്കിയെടുക്കുന്ന ഭക്ഷ്യവിഭവങ്ങൾ പത്തായത്തിലെ മഴക്കാലത്തേക്കുള്ള ഞങ്ങൾക്കുള്ള ഭക്ഷ്യ കരുതൽ ആയിരുന്നു. എല്ലാവരും കൂടി കപ്പ പൊളിക്കലും, മുറിക്കലും, പുഴുങ്ങലും എല്ലാം കൂടി ഒരു ആഘോഷം തന്നെയായിരുന്നു. അവയൊക്കെ ഇന്ന് എൻ്റെ മനസ്സിലെ സുഖമുള്ള ഓർമ്മകളായി അവശേഷിക്കുന്നു.

ഈ ഒത്തു ചേരലുകൾ ഞാൻ വല്ലാതെ ഇഷ്ടപ്പെട്ടിരുന്നു. അവിടെ ചിരിയും, കളിയും, തമാശയും, സൗഹൃദവും ഒക്കെ ഉണ്ടായിരുന്നു.. ഇതിനിടയിൽ ഞാൻ എൻ്റെ നഷ്ട സ്കൂൾ ജീവിതത്തിൻ്റെ വിഷമം മറക്കാൻ ശ്രമിക്കുകയായിരുന്നു. കപ്പ വാട്ടിനായി എത്തുന്നവർക്കായി ഭക്ഷണം തയ്യാറാക്കാനും, അവരോടൊപ്പം ആ പണികൾക്ക് സഹായിക്കാനും ഞാൻ മുൻനിരയിൽ തന്നെ ഉണ്ടായിരുന്നു.

റബ്ബർ തൈകൾ നടീൽ..

കൃഷിക്കാരനായ അപ്പന്റെ മനസ്സ് റബ്ബർ കൃഷി ചെയ്യുന്നതിലേക്ക് തിരിഞ്ഞു. അതുവരെ ഫലവൃക്ഷാദികൾ മാത്രമായിരുന്ന പറമ്പിൽ കുറേശ്ശെ അവ ഒഴിവാക്കിക്കൊണ്ട് റബ്ബർ തൈകൾ പരിപാലിക്കപ്പെട്ടു വന്നു. ക്രമേണ ചക്ക, ചേന, മരച്ചീനി ഇവ നട്ടിരുന്ന കൃഷിയിടങ്ങൾ റബ്ബർ ചെടികൾ നിറഞ്ഞു വന്നു. പക്ഷേ എന്റെ മനസ്സിന് ഇതിനോട് പൊരുത്തപ്പെടാൻ കഴിഞ്ഞിരുന്നില്ല. എന്റെ സ്വന്തം ഭൂമിയിൽ പോലും ഞാൻ ആഗ്രഹിക്കാത്ത കടന്നു കയറ്റത്തെ വിഷമത്തോടെ, പൊരുത്തപ്പെടാൻ പറ്റാത്ത മനസ്സുമായി ഞാൻ നോക്കി നിന്നു.

സ്കൂളിൽ പോക്ക് ഞാൻ നിർത്തിയിരുന്നു എങ്കിലും, വൈകുന്നേരങ്ങളിലെ സന്ധ്യാ പ്രാർത്ഥനയ്ക്ക് ശേഷം എന്റെ സഹോദരങ്ങളെ പാഠങ്ങൾ പഠിപ്പിക്കുന്നതിൽ ഞാൻ സന്തോഷം കണ്ടെത്തി. പുസ്തകത്താളുകൾ മെല്ലെ മറിച്ച് ആ ഗന്ധം ഞാൻ ആത്മാവിലേക്ക് ആവാഹിച്ചു. കൊതിയോടെ എന്റെ കണ്ണുകൾ അക്ഷരങ്ങളെ വാരിപ്പുണർന്നു. അങ്ങനെ വിദ്യാഭ്യാസത്തിന്റെ തീപ്പൊരി അണയാതെ എന്നും എന്റെ ഉള്ളിൽ കിടക്കാൻ ഇത് സഹായകമായി.

ഒഴിവു കിട്ടുന്ന സമയങ്ങളിൽ എന്റെ ഒരു പഴയ നോട്ടുബുക്കിന്റെ പേജുകളിൽ എന്റെ ആഗ്രഹങ്ങളും.. കപ്പ വാട്ടിന്റെ ആഘോഷങ്ങളെ കുറിച്ചും, ഞാൻ സ്വപ്നം കാണുന്ന പ്രകൃതിയെ കുറിച്ചുമൊക്കെ ഞാൻ നിരന്തരം എഴുതിക്കൊണ്ടിരുന്നു. റബ്ബർ മരം വളർന്നു.. ഒപ്പം എന്റെ

നിശ്ചയദാർഢ്യവും വർദ്ധിച്ചു.. ഒരു ദിവസം ഞാൻ എന്റെ സ്വപ്നങ്ങൾ നേടിയെടുക്കാൻ ഒരു വഴി കണ്ടെത്തും... ഇപ്പോൾ എനിക്കും അതിനപ്പുറത്തുള്ള ലോകത്തിനും ഇടയിൽ നിൽക്കുന്ന റബർ മരങ്ങളുടെ നിരകളിലൂടെ എന്റെ സ്വന്തം പാത കൊത്തിയെടുക്കേണ്ടി വന്നാലും...!

6

പാരമ്പര്യത്തിന്റെ ഇഴകൾ: ഗ്രാമോത്സവങ്ങളിലൂടെ ഒരു യാത്ര

പാരമ്പര്യം, വിശ്വാസം, ലളിതമായ ആചാരങ്ങൾ എന്നിവയുടെ താളത്തിൽ നെയ്തെടുത്ത ചങ്ങലയായിരുന്നു ഗ്രാമത്തിലെ ജീവിതം. ഞങ്ങളുടെ വിശ്വാസങ്ങളിൽ ഏറ്റവും ഉയർന്നത് അറക്കുളം അയ്യപ്പക്ഷേത്രം ആയിരുന്നു. ഞങ്ങളുടെ ചെറിയ സമൂഹത്തിന് ഭക്തിയുടെ ഊർജ്ജം പകർന്നു നൽകിയ പുണ്യസ്ഥലം. ക്ഷേത്രത്തിലെ പത്താമുദയ മഹോത്സവം ഭക്തി ആദരവോടെ ആഘോഷിച്ചിരുന്നു. ക്ഷേത്രത്തിലെ ഉത്സവം അടുക്കുമ്പോൾ മുതൽ ഗ്രാമമാകെ ഉത്സവപ്രതീതിയിൽ ആയിരിക്കും. ഉത്സവ രാത്രിയിൽ എണ്ണ വിളക്കുകളുടെ നിരകൾ എല്ലാം മുക്കിലും, മൂലയിലും അലങ്കരിച്ചിരുന്നു. അവയുടെ മിന്നുന്ന തീ ജ്വാലകളുടെ വെട്ടം ക്ഷേത്രത്തിന്റെ ചുമരുകളിൽ പ്രതിഫലിച്ച് നൃത്തം ചെയ്യുന്നതായി തോന്നും. ചെണ്ടകളുടെ വാദ്യഘോഷങ്ങളും, നാദസ്വരങ്ങളുടെ നാദവിസ്മയവും അന്തരീക്ഷത്തെ ശബ്ദമുഖരിതമാക്കിയിരുന്നു. ഗ്രാമത്തിന്റെ എല്ലാ ഭാഗങ്ങളിൽ നിന്നും അയൽ ഗ്രാമങ്ങളിൽ നിന്നുപോലും ആളുകൾ ഒഴുകിയെത്തി. ഇത്തരം ഉത്സവ ആഘോഷങ്ങൾ വീടിനും, നാടിനും സന്തോഷവും എല്ലാ ജനങ്ങൾക്കും ഐക്യബോധവും, ഭക്തിയും നിറഞ്ഞ കാന്തിക വലയം സൃഷ്ടിച്ചു.

ഇതോടൊപ്പം അറക്കുളത്തെ പള്ളിയിലെ പെരുന്നാളും, ആളുകളുടെ സഹകരണവും, വിശ്വാസങ്ങളും കൊണ്ട് ഭക്തി മുഖരിതമായ ഗ്രാമാന്തരീഷം. മുത്തുക്കുടകളും, ബാന്റുമേളങ്ങളും, മെഴുകുതിരികളുമേന്തി ഭക്തർ നയിച്ച വർണ്ണാഭമായ ഘോഷയാത്രകളാൽ ഗ്രാമവീഥികൾ സജീവമായി. ക്വയർ ഗായകസംഘം ആലപിച്ച അതി മധുരമായ സ്തുതി ഗീതങ്ങൾ പള്ളിയിലെ കോളാമ്പി വഴി ഉയർന്നു കേട്ടു. അച്ചപ്പം, കുഴലപ്പം തുടങ്ങിയവ വിൽക്കുന്ന കടകൾ വഴിയോരങ്ങളിൽ നിരന്നിരുന്നു. ജാതിയോ, മതമോ വ്യത്യാസമില്ലാതെ

ആളുകൾ ഉത്സവത്തിനും, പെരുന്നാളിനും ഒത്തുകൂടി. ഈ ഒത്തുചേരലുകൾ അവരുടെ ബന്ധങ്ങളെ കൂടുതൽ അടുപ്പം ഉള്ളതാക്കി തീർത്തു.

അമ്പലത്തിലെ ഉത്സവം

എൻ്റെ കുട്ടിക്കാലത്ത് അപ്പൻ്റെ ചുമലിലേറി തൊടുപുഴയിൽ കെ. പി. എ. സി. അവതരിപ്പിച്ച നാടകങ്ങൾ കാണാൻ പോയതും കുട്ടിക്കാലത്തെ നിറമുള്ള ഓർമ്മയായി ഇന്നും അവശേഷിക്കുന്നു. ആടിയുലയുന്ന മരങ്ങൾക്കിടയിലൂടെ, വീതി കുറഞ്ഞ കാനനപ്പാതയും, ചെറിയ അരുവികളും ഒക്കെ താണ്ടിയുള്ള ഈ യാത്രകൾ അത്യന്തം സാഹസികത നിറഞ്ഞത് തന്നെയായിരുന്നു. എന്നാൽ ഈ സാഹസികതയെക്കാൾ എന്നെ ആകർഷിച്ചത് നാടകത്തിൻ്റെ വലിയ സ്റ്റേജും, റെക്കോർഡ് ചെയ്തു വരുന്ന ഗാനങ്ങളും.. അവ വലിയ കോളാമ്പിയിൽ കൂടി ഉച്ചത്തിൽ കേൾക്കുന്ന സുഖവും.. എല്ലാം എനിക്ക് പുതുമ നിറഞ്ഞ ദൃശ്യാനുഭവങ്ങൾ ആയിരുന്നു.

എൻ്റെ ബാല്യത്തിൽ കാഞ്ഞാറിലെ ഓല തിയേറ്ററിൽ കറുപ്പിലും, വെളുപ്പിലും ആയി കണ്ട സിനിമ എന്നെ പുതിയൊരു ദൃശ്യ അനുഭവത്തിലേക്ക് കൊണ്ടുപോയി. മുൻപിലെ വലിയ വെളുത്ത സ്ക്രീനിൽ പ്രൊജക്ടർ കറങ്ങുന്നതിനനുസരിച്ച് ജീവനുള്ള കഥാപാത്രങ്ങളെ പോലെയുള്ള ചിത്രങ്ങൾ എൻ്റെ മനസ്സിനെ അത്ഭുതത്തിൻ്റെ കൊടുമുടിയിലേക്ക് കയറ്റി. അന്ന് എല്ലാ സിനിമകളും വെള്ളയും, കറുപ്പും നിറങ്ങളിൽ ആയിരുന്നു.. എന്നാൽ എൻ്റെ കണ്ണിൽ അവ എല്ലാം വർണ്ണ വിസ്മയങ്ങൾ നിറഞ്ഞതായിരുന്നു.

ആദ്യകാല സിനിമ അനുഭവം

ബാല്യത്തിന്റെ ലാളിത്യവും, കുടുംബത്തിൻ്റെ സ്നേഹവും, നിഷ്കളങ്കമായ കൗമാരത്തിൽ തോന്നിയ കളങ്കമില്ലാത്ത വികാരങ്ങളും ഒക്കെ നിറമുള്ള ഓർമ്മകളായി ഇന്നും മനസ്സിൽ നിറഞ്ഞുനിൽക്കുന്നു. ജീവിതത്തിലെ ഏറ്റവും ആത്മാർത്ഥമായ സന്തോഷങ്ങൾ പകർന്ന് നൽകിയത് ഇത്തരം ലളിതമായ നിമിഷങ്ങളിലാണെന്ന് ഇന്ന് ഞാൻ ഓർക്കുന്നു.

7

മയ്യന്നയിലേക്ക് ഒരുനാളെങ്കിലും...

കരിപ്പലങ്ങാട്ടെ ഞങ്ങളുടെ പറമ്പിൽ റബ്ബർ കൃഷിയിൽ കൂടുതൽ ശ്രദ്ധ ചെലുത്തിയിരുന്ന അപ്പൻ കൃഷി വിപുലീകരിച്ച് മയ്യന്നയിലും, വൈരമണിയിലും കൃഷികൾ തുടങ്ങി. വൈരമണിയിലെയും, മയ്യന്നയിലെയും ഭൂമി ഫലഭൂയിഷ്ഠമായിരുന്നു. അപ്പൻ നെല്ല്, പച്ചക്കറികൾ, കാപ്പി, മറ്റു വിളകളെല്ലാം അവിടെ കൃഷി ചെയ്തു വന്നു. അപ്പന്റെ കഠിനാധ്വാനം ആ ഭൂമിയിൽ പൊന്നു വിളയിച്ചു. ആഴ്ചയിൽ പല ദിവസങ്ങളിലും മയ്യന്നയിലും, വൈരമണിയിലുമായി അപ്പന്റെ കഠിനാധ്വാനം തുടർന്നു കൊണ്ടിരുന്നു.

മയ്യന്നയിലെ കൃഷിയിടങ്ങളിൽ..

മയ്യന്നയിൽ നിന്ന് തിരിച്ചു വരുമ്പോൾ കൃഷിയുടെ സംരക്ഷണത്തിനായി അപ്പൻ നടത്തുന്ന ഏറ്റുമുട്ടലുകളെ കുറിച്ചും.. മയ്യന്നയിലേയും, വൈരമണിയിലേയും പ്രകൃതി ഭംഗിയെക്കുറിച്ചുമുള്ള കഥകൾ അപ്പൻ വിവരിച്ചു തന്നു. മയ്യന്നയിലെ കൃഷി സ്ഥലത്തിന് ചുറ്റും കൊടും വനമായതുകൊണ്ട് കാട്ടുപോത്ത്, ആനകൾ, കാട്ടുപന്നികൾ, എന്നിവയുടെ ശല്യം കൃഷിയെ വല്ലാതെ ബാധിച്ചിരുന്നു. രാത്രിയിൽ കൃഷികൾ നശിപ്പിക്കാൻ വരുന്ന വന്യമൃഗങ്ങളെ തുരത്തുവാനും, അതിനായി അവിടെ താമസിക്കാനുമായി ഒരു വലിയ മരത്തിനു മുകളിലായി മുളയും, പലകയും, പുല്ലും ഒക്കെ കൊണ്ടു നിർമ്മിച്ച ഒരു 'ഏറുമാടം' അപ്പൻ അവിടെ ഉണ്ടാക്കിയിരുന്നു. ഈ ഏറുമാടത്തിലായിരുന്നു പല ദിവസവും രാത്രി കാട്ടുമൃഗങ്ങളിൽ നിന്ന് കൃഷിയെ സംരക്ഷിക്കാനായി അപ്പൻ കിടന്നിരുന്നത്. മൃഗങ്ങൾ വരുമ്പോൾ വലിയ ശബ്ദത്തിൽ പാട്ടകൾ അടിച്ച് ഒച്ചയുണ്ടാക്കിയും, ചെറിയ പടക്കങ്ങൾ പൊട്ടിച്ചും, തീ കൂട്ടിയും അവയെ തിരിച്ചു വനത്തിലേക്ക് മടക്കി അയ്ക്കാൻ ശ്രമിച്ചിരുന്നു. ആ ഏറുമാടത്തിൽ നിന്നും ചുറ്റുമുള്ള പ്രകൃതിയിലേക്കുള്ള മനോഹരമായ വിദൂര കാഴ്ചകൾ അപ്പൻ്റെ വിവരണത്തിലൂടെ കേൾക്കുമ്പോൾ എനിക്ക് എന്തെന്നില്ലാത്ത ഒരു ആഗ്രഹം തോന്നി... പ്രകൃതി കനിഞ്ഞ് അനുഗ്രഹിച്ച മയ്യന്ന ഒന്ന് കാണണം.. കൂടെ ആ ഏറുമാടവും...

എന്റെ സ്വപ്നങ്ങളിൽ എന്നും വരുന്ന... മയ്യന്നയിലെ ഏറുമാടം

ഒരിക്കൽപോലും അന്നുവരെ കണ്ടിട്ടില്ലാത്ത മയ്യന്ന അപ്പൻറെ വിവരണത്താൽ എൻറെ മനസ്സിൽ ഒരു സ്വപ്ന ഭൂമിയായി ചേക്കേറി. കോടമഞ്ഞിൽ പുതച്ചു നിൽക്കുന്ന മയ്യന്നയിലെ മഞ്ഞുതുള്ളികൾ എൻറെ നെറുകയിൽ ഇറ്റിറ്റു വീഴുന്നതും, നല്ല തണുത്ത മന്ദമാരുതൻ എൻറെ നെറ്റിയിലെ ചെറു മുടിയിഴകളെ ഊഞ്ഞാലാട്ടുന്നതും, കാപ്പി പൂവിൻറെ ഗന്ധം നിറഞ്ഞ ആ പ്രകൃതിയും, ദൂരെ വനത്തിലെ ആനയുടെ ചിഹ്നം വിളിയും, കുറുക്കൻറെ ഓരിയിടലും ഞാൻ ഒരിക്കലും കണ്ടിട്ടില്ലാത്ത മയ്യന്നയിലെ കാഴ്ചകൾ ഞാനെൻറെ സ്വപ്നങ്ങളിൽ കണ്ടു. മയ്യന്നയിൽ പോകണമെന്ന എൻറെ ആഗ്രഹം ദിനംതോറും കൂടിക്കൂടി വന്നു. ഒരിക്കൽ പോലും കണ്ടിട്ടില്ലാത്ത ഏറുമാടത്തിൽ പ്രകൃതിയുടെ ഭാവഭേദങ്ങൾ കണ്ടുകൊണ്ട് ഇരിക്കുന്നതായി ഞാൻ സങ്കൽപ്പിച്ചു നോക്കി. ആ സങ്കലപ്പങ്ങൾ പോലും എൻറെ മനസ്സിനെ കുളിരണിയിച്ചു.

"അപ്പൻറെ കൂടെ ഒരിക്കൽ എന്നെയും കൂടി അങ്ങോട്ടു കൊണ്ടു പോകുമോ..!?" എന്ന് ഞാൻ അപ്പനോട് ചോദിച്ചു. എന്നാൽ അപ്പൻ അത് കേൾക്കാൻ പോലും വിമുഖത കാണിച്ചു. എന്നാലും ഞാൻ എൻറെ സ്വപ്നഭൂമിയിലേക്കുള്ള യാത്രയെന്ന സ്വപ്നത്തിന് വിരാമമിട്ടില്ല. ഓരോ പ്രാവശ്യവും അപ്പൻ പോകുമ്പോൾ ഞാനും അപ്പൻറെ കൂടെ പോകണമെന്ന് ആവശ്യം മുന്നോട്ടുവച്ചുകൊണ്ടിരുന്നു. പക്ഷേ നിരാശയായിരുന്നു ഫലം.

ഒരു ദിവസം അപ്പൻ മയ്യന്നക്ക് പോകാൻ തയ്യാറെടുത്തപ്പോൾ ഞാൻ വാശിപിടിച്ചു കരഞ്ഞു പറഞ്ഞു. *"എന്നെയും കൂടി കൊണ്ടുപോണം.. ഞാനും കൂടി അപ്പൻറെ കൂടെ വരാം, എനിക്കും കാണണം മയ്യന്നയിലെ ഏറുമാടവും, അവിടുത്തെ കാഴ്ചകളും'*... അപ്പൻ പറഞ്ഞു. *"സാധ്യമല്ല ഈ നാട് പോലെ അല്ല അവിടെ, വലിയ വനമാണ്... ധാരാളം കാട്ടുമൃഗങ്ങളുണ്ട്, പോരാത്തതിന് ഇത്രയും ദൂരം നടന്നു മലകൾ കയറി അവിടെയെത്താൻ വളരെ ബുദ്ധിമുട്ടാണ്. പെണ്ണുങ്ങൾക്ക് അവിടേക്ക് അത്രയും ദൂരം നടന്നു പോകാൻ സാധിക്കുകയില്ല. യാത്രയും സുരക്ഷിതമല്ല."* എൻറെ നിരന്തരമായ അഭ്യർത്ഥനകൾക്ക് വിരാമമിടാൻ വേണ്ടിയായിരുന്നു അപ്പൻ അങ്ങനെ പറഞ്ഞത്. എന്നാൽ എൻറെ മനസ്സ് പിറകോട്ട് പോകുന്നതിന് പകരം, പോയേ തീരൂ എന്ന് ആഗ്രഹത്തോടെ മുന്നോട്ട് കുതിക്കുകയാണ് ചെയ്തത്. എന്തൊക്കെ പ്രതിബന്ധങ്ങൾ ഉണ്ടായാലും ശരി, ഞാൻ ഒരിക്കൽ ആ സ്വപ്നഭൂമിയിൽ അപ്പൻറെ കൂടെ പോകും എന്ന കാര്യം എനിക്ക് ഉറപ്പായിരുന്നു.. അപകടമോ, ദുർഘട ഘട്ടങ്ങളോ.. എന്തു വെല്ലുവിളികളോ, ഒന്നും മയ്യന്ന എന്ന എൻറെ സ്വപ്നത്തിന് വിഘാതം ഇടാൻ ആർക്കും കഴിഞ്ഞില്ല. എൻറെ ലക്ഷ്യം നേടിയെടുക്കാനായി ഞാൻ തീരുമാനിച്ചുറപ്പിച്ചു.

8

പ്രകൃതിക്ഷോഭത്തിന്റെ ഒരു രാത്രി

അപ്പൻ വീട്ടിലുള്ള ദിവസങ്ങളിൽ ദിവസവും രാവിലെ റേഡിയോയുടെ ശബ്ദം ഉച്ചത്തിൽ വീട്ടിൽ മുഴങ്ങി കേൾക്കാറുണ്ടായിരുന്നു. ദിവസവും രാവിലെ വാർത്തകളും, കാലാവസ്ഥാ പ്രവചനങ്ങളും, അപ്പൻ ശ്രദ്ധയോടെ കേൾക്കുമായിരുന്നു. ഒരു ദിവസത്തെ കാലാവസ്ഥാപ്രവചനത്തിൽ അറബിക്കടലിൽ ഉണ്ടായ ന്യൂനമർദ്ദം മൂലം അടുത്ത 48 മണിക്കൂർ നേരം ശക്തമായ കാറ്റും, ഇടിയോടുകൂടിയ മഴയും ഉണ്ടാകുമെന്ന മുന്നറിയിപ്പ് വന്നു. വെളിയിൽ ഉണങ്ങാൻ ഇട്ടിരുന്ന ഭക്ഷ്യവസ്തുക്കൾ ഞങ്ങൾ സുരക്ഷിതമായി പത്തായത്തിലും, ഉണക്കാൻ ഇട്ടിരുന്ന വിറകുകൾ എല്ലാം അടുക്കളയിലും വേഗമെടുത്ത് സൂക്ഷിച്ചു വച്ചു. പ്രകൃതിയുടെ ഭാവം പെട്ടെന്ന് തന്നെ മാറിത്തുടങ്ങിയിരുന്നു.

അപ്പന്റെ മുഖം വല്ലാത്ത മ്ലാനതയാൽ ആണ്ടു.. ശക്തമായ മഴയും, വീശിയടിക്കുന്ന കാറ്റും, മലയിടുക്കിൽ കൃഷിയെ ആശ്രയിച്ചു ജീവിച്ചിരുന്ന ഞങ്ങൾക്ക് വളരെയധികം ബുദ്ധിമുട്ടുകൾ ഉണ്ടാക്കിയിരുന്നു. ആകാശത്തുനിന്ന് കാതടപ്പിക്കുന്ന ഇടിമുഴക്കം, ഈ ഒച്ച കേട്ട് എന്റെ ഇളയ സഹോദരി ഉറക്കെ കരഞ്ഞു. പിന്നെ ശക്തമായ കാറ്റുവീശാൻ തുടങ്ങി.. പകൽ മുഴുവൻ നിർത്താതെ ശക്തിയായ മഴ പെയ്തു. ഇടയ്ക്കിടെ ആഞ്ഞടിച്ച കാറ്റും ഉണ്ടായിരുന്നു. പറമ്പിലെ ഏതൊക്കെയോ മരങ്ങളുടെ ശിഖരങ്ങൾ ഒടിഞ്ഞുവീഴുന്ന ശബ്ദം കേട്ടു. ഞങ്ങൾ കുട്ടികൾ എല്ലാവരും അപ്പന്റെയും, അമ്മയുടെയും ഓരത്ത് ചേർന്ന് ഭയത്തോടെ ഇരുന്നു. ഒത്തിരി ദിവസങ്ങൾ എല്ലുമുറിയെ പണിയെടുത്തു വിളവെടുക്കാൻ പാകമായത് പലതും കനത്ത മഴയിൽ നിമിഷ നേരം കൊണ്ട് നശിച്ചു പോകുന്നത് അപ്പനും, ഞങ്ങളും ഹൃദയവേദനയോടെ തിരിച്ചറിഞ്ഞു.

നേരം സന്ധ്യയായി തുടങ്ങി. മഴയ്ക്ക് ഒരു തോർച്ചയും ഉണ്ടായില്ല.. കൊളുത്തി വെച്ച മണ്ണെണ്ണ വിളക്കുകൾ കാറ്റിന്റെ ശക്തിയെ

പ്രതിരോധിക്കാൻ ആവാതെ കെട്ടു പോയിക്കൊണ്ടിരുന്നു. അപ്പന്റെ മുഖത്തും ചെറിയ ഭയപ്പാട് ഞാൻ ശ്രദ്ധിച്ചു.. സാധാരണ എപ്പോഴും എല്ലാ കാര്യങ്ങളിലും, ഭയരഹിതനായി മാത്രം കാണപ്പെട്ടിരുന്ന അപ്പന്റെ മുഖത്തും ഞാൻ ഭയത്തിന്റെ ലാഞ്ചന കണ്ടു. കാറ്റിന്റെ തീവ്രതയാൽ മണ്ണെണ്ണ വിളക്കുകൾ തെളിഞ്ഞു നിൽക്കാൻ പരാജയപ്പെടുന്നതു കണ്ട അപ്പൻ, ടോർച്ച് ലൈറ്റ് അടിയന്തരമായി ആവശ്യം വന്നാൽ ഉപയോഗിക്കാൻ ഞങ്ങളോട് നിർദ്ദേശിച്ചു.

സമയം അർദ്ധരാത്രി കഴിഞ്ഞപ്പോൾ, കാറ്റ് പൂർവ്വാധികം രോഷത്തോടെ കൊടുങ്കാറ്റായി ആഞ്ഞുവീശി.. കാറ്റിന്റെ ശക്തിയിൽ ധാരാളം മരങ്ങൾ ഒടിഞ്ഞുവീഴുന്ന ശബ്ദം ഞങ്ങൾ കേട്ടു. കുറച്ചു കഴിഞ്ഞ് ഒരു വലിയ ശബ്ദത്തോടെ ഒരു മരത്തിന്റെ ശിഖരം ഒടിഞ്ഞ് ഞങ്ങളുടെ വീടിന്റെ മേൽക്കൂരയിൽ പതിച്ചു. ഞങ്ങളുടെ വീട് നിലംപൊത്തുമോ എന്ന് ഞങ്ങൾ ഭയപ്പെട്ടു. സഹോദരങ്ങൾ പേടിച്ചു കരഞ്ഞു.. ഞാൻ അവരെ എന്നോടൊപ്പം ചേർത്ത് നിർത്തി.

ഭയപ്പാടിന്റെ ആ രാത്രി..

ഞങ്ങളുടെ ഭവനം ഇനി സുരക്ഷിതമല്ല.. എന്ന് അപ്പൻ മനസ്സിലാക്കി. അപ്പനും, അമ്മയും കൂടി ഞങ്ങളെയും കൂട്ടി ഉരപ്പുര എന്ന തീണ്ടാരി പുരയിൽ അഭയം പ്രാപിച്ചു. അതിനകത്തെ പരിമിതമായ സാഹചര്യങ്ങളിൽ ഞങ്ങൾ പേടിച്ചരണ്ടിരുന്നു. മഴ അതിന്റെ എല്ലാ ഭയാനകതകളോടും കൂടി ഉറഞ്ഞുതുള്ളി പെയ്തുകൊണ്ടിരുന്നു. അപ്പന്റെയും, അമ്മയുടെയും മുഖത്ത് അതുവരെ കണ്ടിട്ടില്ലാത്ത ഭയവും, ആകുലതയും ഞാൻ കണ്ടു.

ഇടയ്ക്ക് എപ്പോഴോ കുറച്ചുനേരം മഴ കുറഞ്ഞു.. ഞങ്ങൾക്ക് വലിയ ആശ്വാസം തോന്നി. പക്ഷേ ആ ആശ്വാസത്തിന് അധിക ആയുസ്സ് ഉണ്ടായിരുന്നില്ല.. അർദ്ധരാത്രി പിന്നിട്ടപ്പോഴേക്കും മഴ പിന്നെയും കനത്തു.

എവിടെയൊക്കെയോ വലിയ ശബ്ദങ്ങൾ... പെട്ടെന്ന് ഞങ്ങളുടെ വീടിരുന്ന ഭാഗത്തുനിന്നും വലിയ പ്രകമ്പനത്തോടെയുള്ള ഒരു വലിയ ശബ്ദം കേട്ടു.. അപ്പൻ ടോർച്ച് തെളിച്ചു പതിയെ ഉരപ്പുരയിൽ നിന്നിറങ്ങി. എന്താണ് ശബ്ദ ഹേതുവെന്ന് നോക്കാൻ പുറത്തേക്ക് ഇറങ്ങിപ്പോയി.. ഉടൻതന്നെ തിരികെ കയറിവന്ന അപ്പൻറെ കണ്ണുകളിൽ നിന്ന് കണ്ണുനീർ ധാരയായി ഒഴുകുന്നുണ്ടായിരുന്നത് ടോർച്ചിൻ്റെ ചെറിയ വെട്ടത്തിൽ ഞാൻ കണ്ടു. അപ്പൻ ഞങ്ങളോടായി പറഞ്ഞു.. "നമ്മുടെ വീട് നഷ്ടപ്പെട്ടിരിക്കുന്നു.. വീട് മലവെള്ളപ്പാച്ചിലും, മണ്ണിടിച്ചിലും വന്ന് ഒഴുകിപ്പോയി.. വീടിരുന്ന സ്ഥലത്ത് ഇപ്പോൾ ചെളിക്കൂന മാത്രമേ ഉള്ളൂ' അപ്പൻറെ തൊണ്ടയിൽ നിന്ന് ശബ്ദം പുറത്തേക്ക് വരുന്നുണ്ടായിരുന്നില്ല. വർഷങ്ങളുടെ അധ്വാനം, നിമിഷനേരം കൊണ്ട് ഇല്ലാതാവുന്ന ഹൃദയ വേദന അത് അക്ഷരാർത്ഥത്തിൽ ഞങ്ങൾ അനുഭവിക്കുകയായിരുന്നു. അപ്പൻ തലയിൽ കൈവെച്ച് ഹൃദയം വിങ്ങുന്ന വേദനയോടെ നിലത്തെ പായിൽ ചാഞ്ഞിരുന്നു.

പ്രകൃതി ദുരന്തം..

നേരം പുലർന്നു തുടങ്ങിയപ്പോഴാണ് ഞങ്ങൾക്കുണ്ടായ നഷ്ടങ്ങളുടെ വ്യാപ്തിയുടെ ആഴം പൂർണ്ണമായും മനസ്സിലായത്. നാട്ടുകാരും, അയൽക്കാരും അവിടേക്ക് വന്നു. ഞങ്ങളുടെ വീട് പൂർണമായും നഷ്ടപ്പെട്ടിരുന്നു. കൃഷിയും, കൃഷി സ്ഥലങ്ങളും മനസ്സിലാവാത്ത വിധം മാറിയിരുന്നു. അറക്കുളം പഞ്ചായത്തിലെ സർക്കാർ, പഞ്ചായത്ത് ഉദ്യോഗസ്ഥർ വീടും, പറമ്പും

നിരീക്ഷിച്ച് മണ്ണിടിച്ചിൽ ഉണ്ടായതിന് പ്രധാനകാരണം റബർ കൃഷിയാണെന്ന നിഗമനത്തിൽ എത്തി.

റബർകൃഷി, സ്വാഭാവിക മണ്ണിൻ്റെ ഘടനയെ ബാധിച്ചതാണെന്നും മുൻപ് നാടൻ വിളകളുടെ കൃഷി മണ്ണിൻ്റെ ഘടനയ്ക്ക് അനുസരിച്ചായിരുന്നെന്നും.. ശക്തമായ മഴയും, കാറ്റും, ഒപ്പം മണ്ണിന് സംഭവിച്ച ഘടനാ മാറ്റവും മണ്ണിടിച്ചിലിന് കാരണമായിട്ടുണ്ടാവുമെന്ന് ഉദ്യോഗസ്ഥർ അപ്പനോട് പറഞ്ഞു. വിദേശവിളകൾക്ക് പകരം നാടൻ വിളകൾ തൊടിയിൽ നിർത്തേണ്ടതിൻ്റെ ആവശ്യകത അന്ന് അപ്പൻ മനസ്സിലാക്കി. ഇത്രയും വലിയ പ്രകൃതിക്ഷോഭം ഉണ്ടായെങ്കിലും അതിനെ അതിജീവിക്കേണ്ടതിൻ്റെ ആവശ്യകത ഞങ്ങൾക്കെല്ലാവർക്കും അപ്പൻ പറഞ്ഞു തന്നു. ഞങ്ങളുടെ കുഞ്ഞുമനസ്സിലെ ഭയപ്പാടുകൾ മാറ്റാൻ അപ്പനും, അമ്മയും നന്നായി ശ്രമിച്ചു.

പുതിയ വീട് പണിയുന്നതുവരെ ഞങ്ങളെ അടുത്തുള്ള ബന്ധുവിന്റെ വീട്ടിലേക്ക് മാറ്റണമെന്ന് ബന്ധുക്കൾ നിർദേശിച്ചു. എന്നാൽ വീട് പുനർനിർമ്മിക്കുന്നത് വരെ കുടുംബത്തോടൊപ്പം മയ്യന്നയിലേക്ക് മാറാൻ അപ്പൻ തീരുമാനിച്ചു. അപ്പൻ്റെ ഈ തീരുമാനം വലിയ സങ്കടങ്ങൾക്കുമിടയിൽ ദൈവം എനിക്കു നൽകിയ ഒരു സന്തോഷമായി തോന്നി.

ദീർഘനാളത്തെ എൻ്റെ ആഗ്രഹം പൂർത്തീകരിക്കാൻ പോകുന്നു എന്ന ചിന്ത ആ ദുഃഖത്തിനിടയിലും എന്നിൽ ആവേശവും, സന്തോഷവും നൽകി. ഞങ്ങളുടെ വീടിൻ്റെ പുനർനിർമാണം അടുത്ത ഒരു ബന്ധുവിനെ അപ്പൻ പറഞ്ഞേൽപ്പിച്ചു. അപ്പനോടൊപ്പം മയ്യന്നയിലേക്കുള്ള യാത്രയുടെ തയ്യാറെടുപ്പുകൾ ഞങ്ങൾ തുടങ്ങി. ആ സമയം മയ്യന്നയിൽ നെൽകൃഷി ഏതാണ്ട് വിളവെടുപ്പിന് തയ്യാറായി കഴിഞ്ഞിരുന്നു.

9

മയ്യന്നയിലേക്കുള്ള യാത്ര

എൻറെ ഓർമ്മകളിലെ ആദ്യ സ്വപ്നയാത്ര മയ്യന്നയിലേക്ക് ആയിരുന്നു. കിഴക്കൻ മലയിൽ സൂര്യൻ ഉദിച്ചുയരുന്നതിനു മുൻപ് തന്നെ ഞങ്ങൾ യാത്ര ആരംഭിച്ചു. കാരണം കാടുകളും, മേടുകളും, അരുവികളും കാൽനടയായി നടന്നു വേണം മയ്യന്നയിൽ എത്താൻ. കഠിനമായ കാനനപാതയിലെ കല്ലും, മുള്ളും കുത്തി ഞങ്ങളുടെ പാദങ്ങൾ നോവാതിരിക്കാൻ അപ്പൻ ഞങ്ങൾക്കെല്ലാവർക്കും പുതിയ വള്ളി ചെരുപ്പുകൾ വാങ്ങി തന്നിരുന്നു. അതിനോടൊപ്പം, പോകുന്ന വഴിയിൽ വിശപ്പകറ്റാൻ ചെറിയ ഭക്ഷണപ്പൊതികളും ഞങ്ങൾ കരുതിയിരുന്നു. ഏറ്റവും ഇളയവളായ വിലാസിനിക്ക് ഇടയ്ക്ക് കഴിക്കാൻ അവളുടെ പ്രിയ ബിസ്ക്കറ്റ് ആയ 'പാർലെ ജി' ബിസ്ക്കറ്റും പ്രത്യേകം കരുതിയിരുന്നു.

വീട്ടിൽനിന്ന് യാത്ര തുടങ്ങുമ്പോൾ പ്രകൃതി ഇരുട്ടിലായിരുന്നു. അപ്പൻ ടോർച്ച് തെളിച്ചു പാതയിലെ ഇരുട്ടകറ്റി ഞങ്ങൾക്ക് വഴി വെളിച്ചം കാണിച്ചുതന്നു. ആദ്യം ഞങ്ങൾ ഞങ്ങളുടെ കുടുംബ ക്ഷേത്രത്തിൽ എത്തി. പ്രകൃതിയുടെയും, കുലദൈവങ്ങളുടെയും അനുഗ്രഹത്തോടെയുള്ള മയ്യന്നയിലേക്കുള്ള യാത്ര പറച്ചിലിന്... അതിനായി അമ്മ ഒരു ചെറിയ എണ്ണ വിളക്ക് അവിടെ തെളിയിച്ചു. ആ തിരിയിലെ വെളിച്ചം ഞങ്ങൾക്ക് പുതിയ പ്രതീക്ഷയുടെ തിളക്കം ആയിരുന്നു. എല്ലാവരും ചേർന്ന് മൗന പ്രാർത്ഥനയും ഒപ്പം യാത്ര സുഗമമാകുന്നതിനുള്ള അനുഗ്രഹത്തിനു വേണ്ടി കുമ്പിട്ടു പ്രാർത്ഥനയും നടത്തി. അതിനുശേഷം മയ്യന്ന എന്ന ലക്ഷ്യത്തിലേക്കുള്ള സ്വപ്നയാത്ര തുടർന്നു.

മയ്യന്നയിലേക്കുള്ള സ്വപ്നയാത്ര..

മലയും, കൽപ്പടവുകളും താണ്ടി ഞങ്ങൾ കരിപ്പലങ്ങാട് എത്തി. അപ്പോൾ കിഴക്കൻ മലയിൽ സൂര്യൻ ഉദിച്ചു തുടങ്ങിയിരുന്നു. ഇരുട്ട് മടിച്ചു മടിച്ചാണെങ്കിലും വെട്ടത്തിന് വഴിമാറി കൊടുത്തു കൊണ്ടിരുന്നു. അവിടെയുള്ള ഒരു ആൽമരത്തിന്റെ തണലിൽ ഞങ്ങൾ കുറച്ചുനേരം വിശ്രമിച്ചു. കുറച്ചു നേരത്തെ വിശ്രമത്തിനു ശേഷം യാത്ര തുടർന്നു.

പിന്നീട് ഞങ്ങൾ അപ്പൻ പതിവായി വന്നിരുന്ന കരിപ്പലങ്ങാട് കള്ള് ഷാപ്പിന്റെ അടുത്തെത്തി. ആഡംബരങ്ങൾ ഒന്നും ഇല്ലാത്ത ഒരു ചെറിയ ഓല കെട്ടിടം. തന്റെ കൃഷി പണികൾക്കിടയിൽ ക്ഷീണം മാറ്റാൻ അപ്പൻ ദിവസവും രണ്ട് ലിറ്റർ കള്ള് കുടിക്കുമായിരുന്നു. രാവിലെയും, വൈകുന്നേരവും ഓരോ ലിറ്റർ കള്ള് കുടിക്കുന്നത് അപ്പന്റെ പതിവ് ശീലങ്ങളിൽ ഒന്നായിരുന്നു. ഇത് എന്റെ ഓർമ്മയുള്ള കാലം മുതൽ എനിക്ക് പരിചിതമായിരുന്നു. അക്കാലത്ത് കിട്ടിയിരുന്ന കള്ള് പ്രകൃതിദത്തവും, മായം ചേർക്കാത്തതും ആയിരുന്നു. കാളിപ്പനയുടെ കുലനീരിൽ നിന്നും പുളിപ്പിച്ചതും.. മധുരമുള്ളതുമായ രാസവസ്തുക്കൾ ചേർക്കാത്തതുമായ പനംകള്ള്. ഇതു വല്ലപ്പോഴും ഒക്കെ അപ്പം പുളിച്ചു പൊങ്ങാനായി വീടുകളിലും ഉപയോഗിക്കുമായിരുന്നു...കള്ളപ്പം! പിന്നെ തെങ്ങിൽ നിന്ന് നേരിട്ട് തന്നെ ചെത്തു തൊഴിലാളികളാൽ ശേഖരിച്ച് യാതൊരുവിധ രാസ പദാർത്ഥങ്ങളും ചേർക്കാത്ത ഒരു ഉന്മേഷ ദായകമായ പാനീയമായിരുന്നു ഷാപ്പിലെ തെങ്ങിൻ

കള്ള്.. അതുകൊണ്ടു തന്നെ അതു കുടിക്കുന്നതു കൊണ്ട് ഒരു ആരോഗ്യപ്രശ്നങ്ങളും ഉണ്ടാകാൻ സാധ്യത ഇല്ലായിരുന്നു. ഇന്നത്തെ കാലത്ത് കള്ള് എന്ന പേരിൽ രാസ പദാർത്ഥങ്ങളും, ഹാനികരങ്ങളായ, കെമിക്കലുകളും ചേർത്ത് തയ്യാറാക്കി കിട്ടുന്ന പാനീയം പലരെയും മരണത്തിലേക്ക് അടുപ്പിക്കുന്നു. രണ്ട് ലിറ്റർ കള്ള് വാങ്ങി അപ്പൻ തൻറെ കയ്യിൽ സൂക്ഷിച്ചു. പോകുന്ന വഴി ക്ഷീണം മാറ്റി ഊർജ്ജം ലഭിക്കാൻ .!!

യാത്രാ മദ്ധ്യേ അല്പം വിശ്രമം..

ഞങ്ങളുടെ യാത്ര പിന്നെയും തുടർന്നു.. അയ്യക്കാട് മലയുടെ മുകളിലെ കാനനപാതയിലെ മുള്ളുകളും, വഴിയിലെ ചെറിയ പ്രതിസന്ധികളും താണ്ടി പുതിയ പ്രതീക്ഷയുടെ കിരണങ്ങൾ തേടി അനസ്യൂതം ഞങ്ങൾ യാത്ര

തുടർന്നു. കാട്ടിലെ വഴികളിൽ പക്ഷികളുടെ കള കള നാദവും, കാട്ടുപൂക്കളുടെ ഗന്ധവും ഇന്ദ്രിയങ്ങളിലേക്ക് ആവാഹിച്ചുകൊണ്ട് നടപ്പു തുടർന്നു. അപ്പനും, അമ്മയും ഭാരമേറിയ കെട്ടുകൾ തലയിൽ വഹിച്ചിരുന്നു. ഞങ്ങൾ ഭാരം കുറഞ്ഞ കെട്ടുകൾ മാറി മാറി ഭാരം പങ്കിട്ടു. വീടിൻറെ മുകളിലേക്ക് വീണ ചെളി കൂനകളിൽ നിന്ന് ഞങ്ങൾക്ക്, ഞങ്ങളുടെ പഴയ വസ്ത്രങ്ങൾ ഒന്നും കിട്ടിയിരുന്നില്ല. അതുകൊണ്ട് നഷ്ടപ്പെട്ടുപോയ വസ്ത്രങ്ങൾക്ക് പകരം അപ്പൻ പുതിയ വസ്ത്രങ്ങൾ ഞങ്ങൾക്ക് വാങ്ങി തന്നിരുന്നു.

'നാടുകാണി' എന്ന സ്ഥലത്തെത്തിയപ്പോൾ ആ പേര് ആ സ്ഥലത്തിന് അന്വർത്ഥമാണെന്ന് തോന്നി. കാരണം അവിടെ നിന്ന് നോക്കിയാൽ അങ്ങ് ദൂരെ താഴ് വാരത്ത് പരന്നുകിടക്കുന്ന കാഞ്ഞാർ താഴ് വരയും, നൂല് പോലെ ഒഴുകുന്ന കാഞ്ഞാർ നദിയും കാണാമായിരുന്നു. അങ്ങ് ദൂരെ കാണുന്ന സ്ഥലങ്ങളുടെ പേരുകൾ ഞങ്ങൾക്ക് അറിയില്ലായിരുന്നു. ദൂരെയും വളരെ വിശാലമായ ഒരു ലോകമുണ്ടെന്ന് എനിക്ക് മനസ്സിലായി. കരുതിയതിലും കൂടുതൽ സമയം അവിടെ കാഴ്ചകൾ കണ്ടുനിന്നു. യാത്ര പിന്നെയും തുടർന്നു.. അപ്പോഴും തണുത്ത കാറ്റ് ചെറുതായി വീശിക്കൊണ്ടേയിരുന്നു.

അവിടെനിന്ന് പോത്തുമറ്റം മലകയറി. ആ മലയിൽ നിന്ന് കിളിവള്ളി പുഴയുടെ തീരമായിരുന്നു അടുത്ത ലക്ഷ്യസ്ഥാനം. കിളിവള്ളി പുഴയുടെ തീരത്ത് ഒരു ചായ പീടിക ഉണ്ടായിരുന്നു.. അതിനകത്തുള്ള ചില്ല് കൂട്ടിലെ വറുത്ത പലഹാരങ്ങളിൽ ഞങ്ങളുടെ കണ്ണുകൾ ഉടക്കി. അപ്പൻ ഞങ്ങൾക്ക് എല്ലാവർക്കും ചൂട് ചായയും, മൊരിഞ്ഞ ബോണ്ടയും വാങ്ങിത്തന്നു. ചൂട് എണ്ണയിൽ വറുത്തെടുത്ത ബോണ്ടയുടെ ഗന്ധം ഞങ്ങളുടെ വിശപ്പ് കൂട്ടുകയാണ് ചെയ്തത്. കുട്ടികൾ എല്ലാവരും ആർത്തിയോടെ ബോണ്ട തിന്നു. സ്റ്റീൽ ടംബ്ലറിൽ കിട്ടിയ ചായക്ക് നല്ല മധുരം ഉണ്ടായിരുന്നു. ചായ കുടി കഴിഞ്ഞ് അടുത്ത ലക്ഷ്യസ്ഥാനത്തേക്ക് ഉള്ള യാത്ര തുടർന്നു.

ഒടുവിൽ ഞങ്ങൾ ആ സ്വപ്ന ഭൂമിയിൽ എത്തിച്ചേർന്നു. അസ്തമയ സൂര്യൻറെ കിരണങ്ങളാൽ, പൊൻ പ്രഭ ചൊരിഞ്ഞ് നിൽക്കുന്ന മയ്യന്ന. എൻറെ സ്വപ്നങ്ങളേതിനേക്കാൾ സുന്ദരിയായിരുന്നു ഞാൻ കണ്ട മയ്യന്ന. സമൃദ്ധമായ നെൽവയലുകൾ മാരുതന്റെ സ്പർശനത്താൽ ചാഞ്ചാടി കൊണ്ടിരുന്നു.. അപ്പോൾ അവിടെ വീശിയിരുന്ന കാറ്റിന് പ്രകൃതിയുടെ ശുദ്ധമായ ഗന്ധം ഉണ്ടായിരുന്നു. ഞങ്ങൾ കൊണ്ടുവന്ന സാധനങ്ങൾ എല്ലാം കുടിലിൽ ഇറക്കിവച്ചു. അപ്പൻറെ ഏറുമാടം കാണാനായിരുന്നു എൻറെ ധൃതി. വലിയ കയറുകൊണ്ടും, മുളകൾ കൊണ്ടും നിർമ്മിച്ച കയർ ഗോവണിയിലൂടെ പിടിച്ചു ഞാൻ ആ വലിയ മരത്തിലെ ഏറുമാടത്തിൽ സാഹസികമായി കയറി.

സ്വപ്ന ഭൂമിയിൽ ..

മുകളിലെത്തിയ ഞാൻ ചുറ്റുമുള്ള പ്രകൃതിയിലെ കാഴ്ചകളിലേക്ക് നോക്കി.. മയ്യന്നയിലെ പ്രകൃതിയുടെ മാന്ത്രിക സൗന്ദര്യത്തിൽ ചുറ്റുപാടുകൾ എല്ലാം മറന്ന് കൈകൾ ഉയർത്തി ചിരിച്ചു.. ഞാൻ എന്റെ സന്തോഷം ഉച്ചത്തിൽ തന്നെ പ്രകടിപ്പിച്ചു. മയ്യന്ന വെറുമൊരു സ്ഥലമായിരുന്നില്ല.. ഒരു ജനതയുടെ ഭാവി സ്വപ്നങ്ങളുടെ സങ്കേതം ആയിരുന്നു.!!!

10

മയ്യന്നയുടെ മന്ത്രണങ്ങൾ

മയ്യന്നയിലെ ആദ്യത്തെ എന്റെ പ്രഭാതം... പതിവിനേക്കാൾ എനിക്ക് ഉന്മേഷം തോന്നി. തലേ ദിവസത്തെ കാൽനടയായുള്ള ഇത്രയും ദൂരത്തെ നടപ്പിന്റെ വേദനകളോ, ക്ഷീണമോ എന്നെ ബാധിച്ചതേയില്ല. പതിവ് പോലെ അപ്പന് ഏലയ്ക്കാ ചതച്ചിട്ട് കട്ടൻകാപ്പി നൽകി. ചൂട് കാപ്പിയുടെ സുഗന്ധം കുടിലിലെ വായുവിൽ ഒഴുകി നടന്നു. ചൂടുകാപ്പി സാവധാനം ഊതി, ഊതി കുടിച്ചു കഴിഞ്ഞ് അപ്പൻ വയൽ വരമ്പിലൂടെ ഇറങ്ങി. വിളവെടുപ്പിന് പാകമായി നിൽക്കുന്ന സ്വർണ്ണ നിറമുള്ള കതിരുകൾ കാറ്റിൽ ചാഞ്ചാടുമ്പോൾ എന്തെന്നില്ലാത്ത ഭംഗി തോന്നി. അപ്പന്റെ അധ്വാനം വളരെ ദൂരത്തോളം പരന്നു കിടക്കുന്നുണ്ടായിരുന്നു. ചുറ്റുമുള്ള കാട്ടു മൃഗങ്ങളിൽ നിന്ന് സംരക്ഷണം നൽകി ഇത്രയും വിളകൾ പാകമാക്കാൻ അപ്പൻ കാണിച്ചിരുന്ന പ്രയത്നത്തിന് മനസ്സുകൊണ്ട് എനിക്ക് ആദരവ് തോന്നി. നെൽക്കതിരുകളിൽ കീടങ്ങളും, പ്രാണികളും കയറിയോ എന്ന് അപ്പൻ സൂക്ഷ്മമായി പരിശോധിക്കുന്നുണ്ടായിരുന്നു.

ആ ശാന്തമായ ചുറ്റുപാടിൽ കാറ്റിൽ ഇളകിയാടുന്ന സ്വർണ്ണ നെൽപ്പാടങ്ങൾക്ക് കാവൽക്കാരെ പോലെ വാഴ തോട്ടങ്ങൾ നിന്നു... പ്രഭാതത്തിലെ മൂടൽമഞ്ഞ് താഴ് വരയെ ആലിംഗനം ചെയ്തു. മുളയും, കുടപ്പനയുടെ ഓലയും കൊണ്ട് നിർമിച്ച ഭംഗിയാർന്ന കുടിൽ.. അതിനു മനോഹരമായ ഒരു വരാന്തയും ഉണ്ടായിരുന്നു. ഈ വരാന്തയിൽ ഇരുന്ന് അങ്ങ് ദൂരെ വരെ വ്യാപിച്ചു കിടക്കുന്ന നെൽപ്പാടങ്ങൾ കണ്ണിന് കുളിർമ നൽകുന്ന കാഴ്ചയായിരുന്നു. കുടിലിനകത്ത് മുളയും, കയറും കൊണ്ട് നിർമ്മിച്ച കട്ടിൽ.. അതിലായിരുന്നു അപ്പൻ കിടന്നിരുന്നത്.

പ്രഭാത ഭക്ഷണം മരച്ചീനി പുഴുങ്ങിയതും, കാന്താരി ചമ്മന്തിയും ആവാമെന്ന് അമ്മ നിർദ്ദേശിച്ചു. അതിനായി പറമ്പിലെ മൂലയിൽ നട്ടിരുന്ന മരച്ചീനിയിൽ നിന്നും കിഴങ്ങുകൾ പറിച്ചെടുത്ത് കഴുകി വൃത്തിയാക്കി

പുഴുങ്ങിയെടുത്തു. തൊടിയിൽ നിന്നും പറിച്ചെടുത്ത കാന്താരിയാൽ ഉണ്ടാക്കിയ കാന്താരി ചമ്മന്തി പച്ചവെളിച്ചെണ്ണയും ഉപ്പും കൂട്ടി.. എല്ലാവരും കഴിച്ചു. അപ്പൻ പ്രഭാത ഭക്ഷണം കഴിക്കാൻ വന്നപ്പോൾ കണ്ടംപൂട്ടിന് അപ്പനെ സഹായിച്ചിരുന്ന വിദഗ്ധനായ ഒരു ചെറുപ്പക്കാരൻ ഇവിടെ അടുത്ത് ഉണ്ടെന്നും ഇന്ന് ആ ചെറുപ്പക്കാരൻ ഒഴിഞ്ഞു കിടക്കുന്ന പാടങ്ങൾ നെൽകൃഷിക്ക് തയ്യാറാക്കാൻ വരുമെന്നും ഞങ്ങളെ അറിയിച്ചു. ഉച്ചഭക്ഷണത്തിന് ആ യുവാവിന് കൂടി ഭക്ഷണം കരുതണമെന്നും അപ്പൻ പറഞ്ഞു.

ഞാനും, അമ്മയും കൂടി ഉച്ചഭക്ഷണം തയ്യാറാക്കുന്ന പണികളിലേക്ക് കടന്നു. ഞാൻ മാങ്ങാ ചമ്മന്തി അരച്ചു. താളുകറിയും വച്ചു. അമ്മ ചോറ് തയ്യാറാക്കി.. വെള്ളം വാലാൻ ഊറ്റിയിട്ടു. കറിയിൽ കടുക് താളിച്ച ഗന്ധം ചെറിയ കുടിലിൽ തങ്ങിനിന്നു. ഉച്ച ഭക്ഷണം വിളമ്പാനായി അമ്മ പറഞ്ഞതിനനുസരിച്ച് ഞാൻ തൂശൻ ഇല വെട്ടുവാനായി പറമ്പിലേക്ക് ഇറങ്ങി. അപ്പോൾ പാടത്ത് അപ്പനോടൊപ്പം ആരോഗ്യ ദൃഢഗാത്രനായ ഒരു ചെറുപ്പക്കാരൻ കണ്ടം തയ്യാറാക്കുന്ന പ്രവർത്തിയിൽ വ്യാപൃതനായി നിൽക്കുന്നത് ഞാൻ കണ്ടു. എന്റെ കണ്ണുകൾ ആ യുവാവിന്റെ പ്രവർത്തികൾ നോക്കിനിൽക്കാൻ പ്രേരിപ്പിച്ചു കൊണ്ടിരുന്നു. ഉറച്ച ശരീരമുള്ള കാണാൻ സുമുഖനായ ആ ചെറുപ്പക്കാരന്റെ കണ്ണുകൾ എന്നെയും കണ്ടു.

ഉച്ചയ്ക്ക് അപ്പനോടൊപ്പം ആ യുവാവും ഉച്ചഭക്ഷണം കഴിക്കാൻ ഞങ്ങളുടെ കുടിലിൽ എത്തി. അമ്മ അവർക്ക് രണ്ടുപേർക്കും ഭക്ഷണം വിളമ്പി കൊടുത്തു. ഭക്ഷണം കഴിക്കുമ്പോൾ ആ യുവാവിന്റെ കണ്ണുകൾ രഹസ്യമായി എന്നെ തിരയുന്നത് ചായ്പ്പിൽ ഇരുന്ന എനിക്ക് മനസ്സിലായിരുന്നു. ഞാൻ തയ്യാറാക്കിയ മാങ്ങാ ചമ്മന്തി കഴിച്ചിട്ട് വളരെ സ്വാദിഷ്ടമാണെന്നും മാങ്ങ ചമ്മന്തി വളരെ ഇഷ്ടമാണെന്നും ആ യുവാവ് അമ്മയോട് പറഞ്ഞു. മാങ്ങാ ചമ്മന്തി കല്ല്യാണിയാണ് തയ്യാറാക്കിയതെന്ന് അമ്മ അയാളോട് പറഞ്ഞു. അത് കേട്ടപ്പോൾ അയാളുടെ മുഖത്ത് ഒരു ഗൂഢ സ്മിതം ഉള്ളതുപോലെ എനിക്ക് തോന്നി.

ഉച്ചയ്യൂണ് ..

അവർ ഭക്ഷണം കഴിച്ചു കഴിഞ്ഞപ്പോൾ ഞാൻ ചെന്ന് അവരുടെ പാത്രങ്ങൾ കഴുകാനായി എടുത്തു. ആ സമയം ഞങ്ങളുടെ കണ്ണുകൾ പരസ്പരം ഉടക്കി. ഹൃദയത്തിൽ എന്തോ സുഖമുള്ള ഒരു അനുഭവം... ഞാൻ ലജ്ജയോടെ പാത്രങ്ങൾ എടുത്ത് പുറത്തെ അരുവിയിൽ കഴുകാനായി പോയി. ഭക്ഷണത്തിനുശേഷം അപ്പനോടൊപ്പം ആ യുവാവ് വയലിലേക്ക് തിരികെപോയപ്പോൾ അരുവിയിൽ നിന്ന് ഞാൻ നോക്കി നിന്നു. പോകുന്ന വഴിയേ പതിയെ പിറകിലേക്ക് ഒന്ന് അദ്ദേഹം തിരിഞ്ഞു നോക്കി. അപ്പോൾ ഞാൻ അദ്ദേഹത്തെ നോക്കിക്കൊണ്ട് നിൽക്കുകയായിരുന്നു. വേഗം ഞാൻ കണ്ണുകൾ ലജ്ജയോടെ പിൻവലിച്ച് പാത്രങ്ങൾ കഴുകാൻ തുടങ്ങി. ആ

യുവാവിന്റെ മുഖഭാവത്തിൽ നിന്നും എന്നോട് എന്തോ പറയുവാൻ ആ മനസ്സ് വെമ്പുന്നതു പോലെ എനിക്ക് തോന്നി. പക്ഷേ ഒരു ചെറു മന്ദഹാസം തൂകി അപ്പനോടൊപ്പം അയാൾ വയൽ വരമ്പിലൂടെ നടന്നു നീങ്ങി. ദിവസവും അപ്പന്റെ കൂടെ പാടത്ത് പണിയാൻ വന്നിരുന്ന ആ യുവാവിന്റെ കണ്ണുകൾ എപ്പോഴും എന്നെ തിരയുന്നത് ഞാനറിഞ്ഞു. ഏറുമാടത്തിൻ മുകളിൽ നിന്ന് താഴെ പാടത്ത് അപ്പനൊപ്പം കലപ്പ കാളകളെ ഉപയോഗിച്ച് നിലം ഉഴുതു മറിക്കുന്ന യുവാവിനെ എന്റെ കണ്ണുകളും എപ്പോഴും കാണുവാൻ ആഗ്രഹിച്ചു. അമ്മ പറഞ്ഞതനുസരിച്ചു കുടിക്കാൻ വെള്ളമുമായി ഞാൻ അയാളുടെ അരികിൽ പോയി...ഞങ്ങൾ രണ്ടും അടുത്ത് പരസ്പരം കണ്ടു...പക്ഷെ ഒന്നും മിണ്ടിയില്ല.

പാടത്ത് അരികിൽ..

ഞങ്ങൾ പോലും അറിയാതെ ഞങ്ങളിൽ ഒരു മുൻജന്മ ബന്ധം പോലെ ഒരു ആകർഷണം ഉടലെടുത്തു. ഉച്ചയ്ക്ക് ആ യുവാവിന് ഭക്ഷണം നൽകാൻ ഞാൻ കൂടുതൽ സ്വാദോടെ കറികൾ തയ്യാറാക്കി.. മാങ്ങാ ചമ്മന്തി ദിവസവും അരച്ചു ചോറിനൊപ്പം നൽകി.

ആ കുടിലിനു ചുറ്റുമുള്ള കാനനത്തിൽ നിന്ന് വരുന്ന കാട്ടുമൃഗങ്ങൾ ഒരിക്കലും ഞങ്ങൾക്ക് കൂടുതൽ ശല്യങ്ങൾ തന്നിരുന്നില്ല. മൃഗങ്ങളിൽ നിന്ന് കൃഷികളെ സംരക്ഷിക്കാനായി അപ്പൻ ചെയ്തിരുന്ന ചെറിയ പൊടി വിദ്യകൾ ഫലം കണ്ടിരുന്നു. പ്രകൃതിയെ അപ്പൻ സ്നേഹിച്ചത് പോലെ തന്നെ, പ്രകൃതി അപ്പന് സമൃദ്ധമായ വിളകൾ നൽകി സ്നേഹം തിരികെ നൽകിയിരുന്നു. കാട്ടു മാനുകളും, കാട്ടു കോഴികളും കുടിലിലെ നിത്യ സന്ദർശകരായിരുന്നു. അവരുടെ കണ്ണുകളിൽ വന്യ ഭാവമായിരുന്നില്ല. ആർദ്രതയായിരുന്നു. ആ ഭാവങ്ങളിൽ ഞാൻ അവരും നമ്മളും തമ്മിൽ ഒരു അഗാധ ബന്ധം കണ്ടെത്തിയിരുന്നു. ഈ മോഹിപ്പിക്കുന്ന ലോകം പങ്കിടുന്ന ജീവികൾ തമ്മിലുള്ള പരസ്പര ബഹുമാനം നിറഞ്ഞ ബന്ധം. ഓരോ ദിവസം കഴിയുംതോറും മയ്യന്നയിലെ കാറ്റും, പ്രകൃതിയും, ജീവികളും, ജീവിതവും എല്ലാം എന്നെ സ്വപ്ന സുന്ദരമായ ഒരു അനുഭവത്തിലൂടെ നടത്തിയിരുന്നു. മയ്യന്ന എന്റെ ജീവന്റെ ഭാഗമായിത്തന്നെ മാറിയിരുന്നു.

കരിപ്പലങ്ങാട് ഞങ്ങളുടെ പുതുക്കിപ്പണിത വീടിന്റെ പണികൾ തീർന്നെന്ന് ഞങ്ങളുടെ 'കുഞ്ഞാഞ്ഞ' വന്ന് അപ്പനെ അറിയിച്ചു. ഇനിമുതൽ ഞങ്ങളുടെ ജീവിതം മയ്യന്നയിൽ നിന്ന് കരിപ്പലങ്ങാട്ടേക്ക് തിരിച്ചു പറിച്ചു നടാൻ തീരുമാനിച്ചു. ആ തീരുമാനം എനിക്ക് വല്ലാത്ത വേദന നൽകി. എന്റെ സ്വപ്നഭൂമിയെ ഉപേക്ഷിച്ചു പോകാൻ എനിക്ക് മനസ്സ് വന്നില്ല.. പക്ഷേ അപ്പന്റെ തീരുമാനവും, ജീവിത അനിവാര്യതയും ആയതിനാൽ തിരിച്ചുള്ള യാത്രയ്ക്ക് ഒരുക്കങ്ങൾ തുടങ്ങി. എന്റെ മനസ്സ് ഞാൻ മയ്യന്നയിൽ തന്നെ നിർത്തിക്കൊണ്ട് ആ സ്വപ്നഭൂമിയിൽ നിന്ന് അപ്പനും, അമ്മയ്ക്കും, സഹോദരങ്ങൾക്കും ഒപ്പം തിരികെ കരിപ്പലങ്ങാട്ടേക്ക് മടങ്ങി.

മയ്യന്ന എനിക്ക് വെറുമൊരു സ്ഥലമായിരുന്നില്ല... പ്രകൃതിയുമായി ഇണങ്ങി നിൽക്കുന്ന ജീവിത താളമായിരുന്നു... പ്രകൃതി എന്നെ വീണ്ടും, വീണ്ടും മാടി വിളിക്കുന്നതുപോലെ തോന്നി. കരിപ്പലങ്ങാട്ടെ വീട്ടിൽ തിരിച്ചെത്തി എങ്കിലും ചെയ്യുന്ന പ്രവർത്തികൾ യാത്രികമായി തോന്നി. കാരണം എന്റെ മനസ്സ് മയ്യന്നയിലായിരുന്നു. ആ സ്വപ്നഭൂമി വിട്ടു വരാൻ എന്റെ മനസ്സ് ആഗ്രഹിച്ചിരുന്നില്ല.

11

കല്ല്യാണ ആലോചന

ഞങ്ങളെ നടുക്കിയ ഉരുൾ പൊട്ടലിനും, മണ്ണിടിച്ചിലിനും ശേഷം ഞങ്ങളുടെ വീട് പണി പുതുക്കി പണിതതിൽ പഴയതിൽ നിന്ന് ഒരു മുറി കൂടി കെട്ടി, നീട്ടിയെടുത്താണ് പുതിയ വീട് പണിതത്. വീട് വലുതാക്കി സൗകര്യങ്ങൾ വർദ്ധിപ്പിച്ചു.. എങ്കിലും പറമ്പും, ചുറ്റുപാടുകളും പഴയ സ്ഥിതിയിലായിരുന്നില്ല. ചിതറി കിടക്കുന്ന വലിയ കല്ലുകളും, ഒടിഞ്ഞ മരത്തിന്റെ കൊമ്പുകളും, തടികളും എല്ലാം പറമ്പിൽ അലങ്കോലപ്പെട്ടു കിടന്നിരുന്നു. സാധാരണ നിലയിലേക്ക് പറമ്പിനെ രൂപാന്തരപ്പെടുത്തിയെടുക്കാൻ അപ്പനും, ഞങ്ങളും ഒത്തിരി കഷ്ടപ്പെടേണ്ടതുണ്ടെന്ന സത്യം ഞാൻ മനസ്സിലാക്കി. ഞങ്ങളുടെ പറമ്പിനെ പൂർവസ്ഥിതിയിലാക്കാൻ കാലങ്ങൾ വേണ്ടി വരുന്ന ഒരു പ്രക്രിയയായിരുന്നു അത്.

ഉരുൾപൊട്ടലിനു ശേഷം അടുക്കളയോട് ചേർന്ന് ഉടലെടുത്ത ഒരു പുതിയ അരുവിയായിരുന്നു അപ്രതീക്ഷിതമായി പ്രകൃതി ഞങ്ങൾക്ക് തന്ന ഒരു എളിയ അനുഗ്രഹം. ആ അരുവി ശാന്തമായി ഒഴുകുന്നുണ്ടായിരുന്നു. മനുഷ്യ സഹായം കൂടാതെ സൃഷ്ടിയും..ഹത്യയും, നടത്താനാവുന്ന ഭൂലോകത്തിലെ ഏക ശക്തി പ്രകൃതി തന്നെ എന്ന് എനിക്ക് തോന്നി. ഞാൻ ആ ദിവ്യ ശക്തിയോട് അരുവിക്കരയിൽ നിന്ന് മനസ്സുരുകി മനുഷ്യകുലത്തിന്റെ മൊത്തം നന്മക്കായി പ്രാർത്ഥിച്ചു..

പ്രകൃതി വന്ദനം

ദിവസങ്ങൾ കഴിയുന്തോറും ജീവിതചര്യകൾ സാധാരണ നിലയിലേക്ക് മാറിക്കൊണ്ടിരുന്നു. സ്കൂളുകൾ തുറന്നു.. സഹോദരങ്ങൾക്ക് പ്രഭാതഭക്ഷണവും, ഉച്ചഭക്ഷണവും കൊടുത്തു അവരെ ഒരുക്കി വിടുന്നതുമായ തിരക്കുകളിൽ ഞാൻ വ്യാപൃതയായി. അവരെ സ്കൂളിലേക്ക് പറഞ്ഞയച്ചതിനു ശേഷം അടുക്കളയിലെ പണികളും തീർത്ത് അപ്പനും, അമ്മയ്ക്കും ഒപ്പം പറമ്പിലെ പണികളിൽ ഞാൻ അവരെ സഹായിക്കാൻ ഇറങ്ങിയിരുന്നു. എന്നാൽ കഴിയുന്ന പണികളിലൂടെ പറമ്പിനെ പഴയ പ്രൗഢിയോടെ തിരിച്ചു പിടിക്കാനുള്ള ശ്രമങ്ങളുടെ ഭാഗമായി ഞാനും മാറി...

ഒരു ദിവസം പറമ്പിലെ പണികൾ കഴിഞ്ഞ് ഉച്ച ഊണ്‍കഴിച്ച് അല്പനേരം വിശ്രമിക്കാൻ അപ്പൻ വരാന്തയിലെ ചാരുകസേരയിൽ കിടക്കുകയായിരുന്നു.. അപ്പോൾ വീടിന്റെ വെളിയിൽ ആരുടെയൊക്കെയോ കാൽപെരുമാറ്റം *"ഇവിടെ ആരും ഇല്ലേ ?"*... എന്ന ഉച്ചത്തിലുള്ള ചോദ്യം അടുക്കളയിൽ നിന്ന ഞാൻ കേട്ടു. ഞാൻ വേഗം പൂമുഖത്തേക്ക് വന്നു.. വീടിനു വെളിയിൽ ഏകദേശം 40 വയസ്സ് തോന്നിക്കുന്ന ഒരു സ്ത്രീയും, പ്രായമുള്ള ഒരു അമ്മൂമ്മയും, പ്രായമുള്ള പുരുഷന്മാരും.. അവർ എന്നോട് അപ്പനെ അന്വേഷിച്ചു. ഞാൻ അവരോട് വരാന്തയിലേക്ക് കയറിയിരിക്കാൻ പറഞ്ഞിട്ട് അപ്പനെ വിളിക്കാൻ പോയി. അപ്പോളേക്കും അപ്പൻ അയയിൽ കിടന്ന തോർത്ത് തോളത്ത് എടുത്തിട്ട് മുൻവശത്തെ വരാന്തയിലേക്ക് ഇറങ്ങിവന്നു..

വന്നവരുമായി ഗൗരവകരമായ സംഭാഷണത്തിൽ ഏർപ്പെടുന്നതായി എനിക്ക് തോന്നി.. ഞാൻ അമ്മയുടെ നിർദ്ദേശം അനുസരിച്ച് വന്നവർക്ക് കാപ്പിയും, അവൽ നനച്ചതും, പഴവും നൽകി. കാപ്പി നൽകുന്നതിനിടയിൽ വന്നവരുടെ ഉദ്ദേശ ലക്ഷ്യങ്ങളെ കുറിച്ച് അറിയാൻ ഞാൻ അവരുടെ സംഭാഷണം ശ്രദ്ധിച്ചു.

ആദ്യ കല്ല്യാണ ആലോചന ..

അവർ വന്നത് ഒരു കല്യാണ ആലോചനയ്ക്ക് ആണെന്ന് അമ്മ എന്നോട് പറഞ്ഞു. വരൻ ആരാണെന്നോ വന്നവർ ആരു പറഞ്ഞയച്ചവർ ആണെന്നോ എനിക്കറിയില്ലായിരുന്നു. വന്നവർ മയ്യന്ന എന്ന എന്റെ സ്വപ്നഭൂമിയിൽ നിന്നാണെന്ന അറിവ് എനിക്ക് വിചിത്രമായ ഒരു സന്തോഷം നൽകി. വന്നവർ അപ്പനോടൊപ്പം പറമ്പിൽ പ്രകൃതി താണ്ഡവമാടിയതിന്റെ അനന്തരഫലങ്ങളും, പുനർ നിർമാണത്തിന് അപ്പൻ നടത്തുന്ന പരിശ്രമങ്ങളും ഒക്കെ കണ്ട് തിരികെ പോയി. മയ്യന്നയിൽ നിന്ന് വന്ന ആലോചനയാണെന്ന് അറിഞ്ഞതു മുതൽ മനസ്സിൽ ഒരു വിചിത്രമായ സന്തോഷം തോന്നി തുടങ്ങി.

12

അമ്പലത്തിലെ ഉത്സവം

കല്യാണ ആലോചനക്കാർ വന്നു പോയതിന് ഒരാഴ്ചയ്ക്കു ശേഷം, അറക്കുളം അമ്പലത്തിലെ മകരവിളക്ക് ഉത്സവം ആയിരുന്നു. ഞങ്ങളുടെ വിശ്വാസങ്ങളുടെ മൂർത്തീ-ഭാവമായ അറക്കുളം അയ്യപ്പന്റെ സന്നിധിയിൽ ഞങ്ങളെല്ലാവരും എല്ലാ ആണ്ടിലും കുടുംബത്തോടെ ഒത്തൊരുമിച്ചു പോയി ഭക്തി പൂർവ്വം ഉത്സവത്തിൽ പങ്കെടുക്കാറുണ്ടായിരുന്നു. നിര നിരയായുള്ള വെളിച്ചങ്ങളും, പെട്ടിക്കടകളും, വളക്കടകളും, കളിപ്പാട്ട കടകളും, മിട്ടായി കടകളും... എല്ലാം വഴികളിൽ സജീവമായി തന്നെ ഉണ്ടായിരുന്നു. എല്ലാ ഉത്സവത്തിനും സാംബശിവന്റെ കഥാപ്രസംഗവും, അരവിന്ദാക്ഷ മേനോന്റെ ബാലയും ഒഴിച്ചുകൂടാൻ ആവാത്തത് ആയിരുന്നു. ഇവ കാണുന്നതിനും, കേൾക്കുന്നതിനും ആയി നിരവധി ആളുകൾ അമ്പലമുറ്റത്ത് വരാറുണ്ടായിരുന്നു. വിശ്വാസങ്ങളുടെയും, ആഘോഷങ്ങളുടെയും ഇഴചേർന്ന സംഗമം അതായിരുന്നു ആ ഉത്സവം. ഉത്സവത്തിന് പരിപാടികൾ നേരം പുലരുംവരെ ഉള്ളതിനാൽ കിടക്കാനും, ഇരിക്കാനുമായി പായും, തണുപ്പകറ്റാൻ കമ്പിളി പുതപ്പും ഒക്കെ കരുതിയാണ് എല്ലാവരും അമ്പലത്തിൽ എത്തുന്നത്.

ഉത്സവത്തിന് പോവാനുള്ള തയ്യാറെടുപ്പിന്റെ ഭാഗമായി അപ്പൻ ഉച്ചയ്ക്ക് തന്നെ പറമ്പിലെ പണി നിർത്തി.. വൈകുന്നേരം അമ്മയെയും, ഞങ്ങളെല്ലാവരെയും കൂട്ടി അപ്പൻ അമ്പലത്തിലേക്ക് യാത്രയായി. അമ്പലമുറ്റത്തെ ചെണ്ട മേളങ്ങൾ, വാദ്യഘോഷങ്ങൾ എല്ലാം ചേർന്ന് പ്രകൃതിയെ ശബ്ദഘോഷത്താൽ ആറാടിക്കുകയായിരുന്നു. അമ്പലത്തിലെ തിരക്കുകളിലും, മനോഹര കാഴ്ചകളിലും ഒന്നും എന്റെ മനസ്സിനെ ഉറപ്പിക്കാൻ എനിക്ക് സാധിച്ചില്ല. മയ്യന്നയിൽ നിന്ന് വന്ന കല്യാണ ആലോചനക്കാരെ കുറിച്ച് അറിയാതെ മനസ്സിൽ ഓർമ്മകൾ ഓടിയെത്തും. മയ്യന്ന എന്ന സ്വപ്ന ഗ്രാമത്തിലേക്ക് എന്നെ കൊണ്ടുപോകാൻ വരുന്ന 'ചെക്കൻ' ആരായിരിക്കും എന്ന ചിന്ത ഗൂഢമായ ഒരു സന്തോഷത്തോടെ മനസ്സിൽ ഓടിക്കളിച്ചു.

ഉത്സവപ്പറമ്പിലെ കളിപ്പാട്ട കടയിലും, വള കടകളിലുമായിരുന്നു ഞങ്ങളുടെ ശ്രദ്ധ തിരിഞ്ഞത്. അപ്പൻ എൻറെ കയ്യിൽ ഇരുപത് രൂപ തന്നു.. അതുമായി ഞാനും, സഹോദരങ്ങളും ഈ കടകളിലേക്ക് പോയി. വളക്കടയിൽ എത്തിയ സരോജിനി നിറമുള്ള കുപ്പിവളകൾ മാറിമാറിയിട്ട് കൈകളുടെ ഭംഗി നോക്കിക്കൊണ്ടിരുന്നു. ഒരു കൈയിൽ സ്പ്രിംഗ് വളകൾ വച്ച് വലിച്ച് അതിന്റെ ഭംഗിയും നോക്കിക്കൊണ്ട് നിന്നു. അപ്പോൾ കേശവന്റെ ശ്രദ്ധ അവിടെ തൂങ്ങിയിട്ടിരുന്ന കളിത്തോക്കിൽ ആയിരുന്നു. കളിത്തോക്കിൽ പൊട്ടാസ് വച്ചു പൊട്ടിച്ച് ശബ്ദമുണ്ടാക്കുന്നത് അവന് വളരെ ഇഷ്ടമായിരുന്നു. വളകളും, കളിത്തോക്കും വാങ്ങി ഞങ്ങൾ ഈന്തപ്പഴവും, ഹൽവയും വിൽക്കുന്ന കടയിൽ എത്തി. കുട്ടികളുടെ നിർബന്ധത്താൽ കറുത്ത മധുരമുള്ള ഹൽവയും വാങ്ങി ഞങ്ങൾ അമ്മയുടെ അടുത്തേക്ക് നടക്കുമ്പോൾ അമ്പലമുറ്റം നിറയെ ആളുകൾ ഉണ്ടായിരുന്നു. ഈ സമയം എന്നെ നോക്കുന്ന പരിചിതമായ രണ്ടു കണ്ണുകളിൽ എൻറെ കണ്ണ് ഉടക്കി. എൻറെ ശരീരത്തിന് ചെറിയൊരു വിറയിൽ തോന്നുന്നത് പോലെ... അതെ,. എനിക്ക് തെറ്റിയിട്ടില്ല, മയ്യന്ന പാടത്ത് ഞാൻ കണ്ടിരുന്ന ആ യുവകോമളനായിരുന്നു അത്.

മനസ്സിന് പറഞ്ഞറിയിക്കാൻ പറ്റാത്ത ഒരു സന്തോഷം തോന്നി.. എവിടെയോ നഷ്ടപ്പെട്ടുവെന്നു കരുതിയ ഒന്നു തിരിച്ചു കിട്ടിയ സന്തോഷം പോലെ. അയാൾ ഞങ്ങളുടെ അടുത്തേക്ക് തിരക്കിനിടയിൽ കൂടി നടന്നു വരുകയാണെന്ന് മനസ്സിലായപ്പോൾ ഞാൻ സരോജിനിയോടും കേശവനോടുമായി പറഞ്ഞു *"നിങ്ങൾ അമ്മയുടെ അടുത്തേക്ക് പൊക്കോ ഞാനിപ്പോൾ കുറച്ചു മലബാറു മിഠായി കൂടി വാങ്ങിക്കൊണ്ടു വരാം"* അവർ മിഠായി കടയിലേക്ക് എൻറെ കൂടെ വരാൻ താൽപര്യം പ്രകടിപ്പിച്ചു.. പക്ഷേ ഞാൻ നിർബന്ധപൂർവ്വം അമ്മയുടെ അടുത്തേക്ക് അവരെ പറഞ്ഞു വിട്ടു.

ആ യുവാവ് അപ്പോഴേക്കും മിഠായി കടയിൽ ഇരിക്കുന്ന എൻറെ അടുത്ത് എത്തിയിരുന്നു. ഒരു ചെറുപുഞ്ചിരിയോടെ എന്നോട് ചോദിച്ചു *"എന്നെ ഓർമ്മയുണ്ടല്ലോ അല്ലേ ?"* ഞാൻ ലജ്ജാപൂർവ്വം തലയാട്ടി *"എൻറെ പേര് അറിയാമോ?"* അറിയാം എന്ന് ഞാൻ വീണ്ടും തലയാട്ടി.

മിട്ടായി കടയിൽ..

അദ്ദേഹം തുടർന്നു.. "നിന്നെ കണ്ട അന്നു മുതൽ എനിക്കിഷ്ടമാണ്.. അതുകൊണ്ടാണ് അമ്മയെയും, അമ്മാവൻമാരെയും വിവാഹ ആലോചനക്കായി നിങ്ങളുടെ വീട്ടിലേക്ക് അയച്ചത്."... അദ്ദേഹത്തിൻറെ വാക്കുകൾ ഒരു കുളിർമഴ പോലെ എനിക്ക് അനുഭവപ്പെട്ടു. "നിനക്കെന്നെ ഇഷ്ടമാണോ..?" യാതൊരു മുൻവിധികളും ഇല്ലാതെ ചോദിച്ച ചോദ്യം എന്നെ ആശയക്കുഴപ്പത്തിൽ ആക്കി. ഒന്നും മിണ്ടാതെ നിന്ന എന്നോട് "എൻറെ ജീവിതത്തിലേക്ക് വരാൻ നിനക്ക് സമ്മതമാണോ ?" എന്ന് ഘന:ഗാംഭീര്യമുള്ള ശബ്ദത്തിൽ ചോദിച്ചു. ആ ശബ്ദത്തിൻറെ ഗാംഭീര്യത എനിക്കിഷ്ടപ്പെട്ടു. ഞാൻ മെല്ലെ മറുപടി പറഞ്ഞു "അപ്പൻറെ തീരുമാനം പോലെ എല്ലാം "..... "നിനക്ക് എന്നെ ഇഷ്ടമല്ലേ ?" അദ്ദേഹം വീണ്ടും ചോദിച്ചു...

ആദ്യ സ്പർശ്ശനം ..

ഞാൻ നാണത്തോടെ തലയാട്ടി.. അത് കേട്ടതും അദ്ദേഹം എന്റെ കൈവളകളിൽ പതുക്കെ സ്പർശിച്ചു...ഞാൻ കൈ വലിച്ചു മാറ്റി..അവിടെ നിന്നും അമ്മയുടെ അടുത്തേക്ക് നടന്നു.

നടന്നുപോകുമ്പോൾ അറിയാതെ ഞാൻ തിരിഞ്ഞു നോക്കി.. അപ്പോഴും എന്നെയും നോക്കി ആ കണ്ണുകൾ അവിടെത്തന്നെ നിൽക്കുന്നുണ്ടായിരുന്നു.. ഏതോ ഒരു കാന്തിക ശക്തി ഞങ്ങളെ തമ്മിൽ ബന്ധിപ്പിക്കുന്നതായി എനിക്ക് തോന്നി.

ദീപാരാധനയ്ക്കുള്ള മണികൾ മുഴങ്ങി.. എല്ലാവരും ദീപാരാധന തൊഴാനായി ക്ഷേത്ര കോവിലിന്റെ അടുത്തേക്ക് നീങ്ങി. ക്ഷേത്ര മണികൾ മുഴങ്ങി. വായുവിൽ കത്തുന്ന കർപ്പൂരത്തിൻറെ ഗന്ധം... മണിനാദം അന്തരീക്ഷത്തിൽ പ്രതിധ്വനിച്ചു.. ഞാൻ കൈകൾകൂപ്പി അയ്യപ്പനോട് നിശബ്ദ പ്രാർത്ഥന നടത്തി.. മയ്യന്ന എനിക്ക് നീട്ടിയ VD മോഹനൻ എന്ന യുവകോമളനുമായുള്ള കല്യാണത്തിന് സമ്മതം നൽകാൻ അപ്പന് തോന്നണേ.... അയ്യപ്പാ..... ഞാൻ മനമുരുകി പ്രാർത്ഥിച്ചു.

പിന്നീട് അമ്പല പറമ്പിൽ സാംബശിവന്റെ കഥാപ്രസംഗം ആയിരുന്നു നടന്നത്.. കാണികളെ മുഴുവൻ പിടിച്ചിരുത്തുന്ന മാസ്മരിക പ്രകടനം. കഥാപ്രസംഗത്തിന് ഇമ്പമേകാൻ നടത്തുന്ന ഗാന പ്രകടനവും, വാദ്യഘോഷങ്ങളും ചേർത്ത് വിസ്മയ പ്രകടനത്തിലൂടെ കാഥികൻ

കാണികളുടെ കൈയ്യടി നേടി.

അടുത്തത് അരവിന്ദാക്ഷ മേനോനും സംഘവും അവതരിപ്പിച്ച ബാലെ ആയിരുന്നു. പണ്ട് ഉത്സവങ്ങളിൽ ബാലെ ഒഴിച്ചു കൂടാൻ പറ്റാത്ത ഒരു കലാപരിപാടിയായിരുന്നു.. ഭക്തിയും, വിശ്വാസവും ഇടകലർത്തുന്ന പുണ്യപുരാതന വിഷയങ്ങൾ ആയിരുന്നു ബാലെയുടെ ഇതിവൃത്തം.. അത് തിളങ്ങുന്ന വേഷ വിധാനങ്ങളോടും, താളമേള വാദ്യത്തോടും, ആട്ടവും പാട്ടുമായി ബാലെ ആളുകളെ ഹരം കൊള്ളിച്ചിരുന്നു. ഈ പരിപാടികൾക്ക് ശേഷമാവും ഗംഭീര വെടിക്കെട്ട്.. അതിനുശേഷം നേരം വെളുത്തു തുടങ്ങും.. അപ്പോഴാവും എല്ലാവരുടെയും വീട്ടിലേക്കുള്ള മടക്കം.

ഉത്സവങ്ങൾ വെറുമൊരു ഒത്തുചേരൽ മാത്രം ആയിരുന്നില്ല.. അത് നല്ല ചില ഓർമ്മകളുടെയും, സ്വപ്നങ്ങളുടെയും ഒരു ചരട് ആയിരുന്നു. വിശ്വാസത്തിന്റെയും, സ്നേഹത്തിന്റെയും, പ്രതീക്ഷയുടെയും ഇഴകൾ കൊണ്ട് തലമുറകളെ നെയ്തെടുത്ത ഒരു പാരമ്പര്യം. ആ വർഷം എന്നെ സംബന്ധിച്ച് എന്റെ ഭാവിയെ കുറിച്ചുള്ള സുന്ദരമായ പ്രതീക്ഷകളുടെ വർണ്ണപകിട്ടു നൽകുന്ന ഉത്സവം ആയിരുന്നു അത്. എന്റെ അയ്യപ്പൻ എന്നെ മയ്യന്ന എന്ന സ്വപ്നഭൂമിയിൽ പുതിയ ജീവിതം കരു പിടിപ്പിക്കുവാൻ അവസരം തരും എന്ന ശുഭ പ്രതീക്ഷയോടെയും, അതിനായി മൗന പ്രാർത്ഥനയോടെയും അമ്പലപ്പറമ്പിൽ നിന്ന് ഞാൻ വീട്ടിലേക്ക് മടങ്ങി.

13

കല്ല്യാണിയുടെ കല്യാണം

ദിവസങ്ങൾ അങ്ങനെ കടന്നു പോയിക്കൊണ്ടിരുന്നു... ഒരു വൈകുന്നേരം അപ്പൻ, എന്നെ അപ്പൻ്റെ അരികിലേക്ക് വിളിപ്പിച്ചു. അപ്പൻ്റെ മുഖഭാവത്തിൽ നിന്നും ഗൗരവകരമായ കാര്യമാണ് സംസാരിക്കാനുള്ളതെന്ന് എനിക്ക് മനസ്സിലായി. അപ്പൻ പറഞ്ഞു തുടങ്ങി *"കല്ല്യാണി.... അപ്പന് പ്രായമായി വരികയാണ്, പെൺമക്കൾ ഉള്ള എല്ലാ അപ്പന്മാരുടെയും സ്വപ്നമാണ്, പെൺമക്കളെ നല്ല കരുതലുള്ള കൈകളിൽ ഏൽപ്പിച്ച് അവരുടെ ഭാവി സുരക്ഷിതമാക്കണമെന്നത്.. ഇപ്പോൾ നിനക്ക് മയ്യന്നയിൽ നിന്നും വന്നിരിക്കുന്ന കല്യാണ ആലോചന ഞാനറിഞ്ഞിടത്തോളം വളരെ നല്ല പയ്യനാണ്.. കൂടാതെ അവൻ കറിനാധ്യാനിയും. അവൻ മോളെ പൊന്നുപോലെ നോക്കും എന്നെനിക്കുറപ്പാണ്.. നിന്നെ ഒരു നല്ല കൈകളിൽ ഏൽപ്പിച്ചാൽ അപ്പന് അത്രയും സമാധാനമാകുമല്ലോ... മോഹനനെ നീ കണ്ടിട്ടുണ്ടല്ലോ...ആ പയ്യനെ നിനക്ക് ഇഷ്ടമാണോ? അപ്പൻ അവർക്ക് വാക്ക് കൊടുക്കട്ടെ.?"*....*

വൈദ്യൻ കൽപ്പിച്ചതും, രോഗി ഇച്ഛരിച്ചതും പാല് എന്ന പഴമൊഴി എന്നെ സംബന്ധിച്ച് ഈ കാര്യത്തിൽ അർത്ഥവത്തായിരുന്നു. അപ്പൻ പറയുന്നതിന് മുൻപ് തന്നെ മോഹനൻ എന്ന കറിനാധ്യാനിയായ ചെറുപ്പക്കാരൻ എൻ്റെ മനസ്സിൽ കയറിയിരുന്നു. അത് അപ്പനോട് വെളിപ്പെടുത്താൻ ആവാത്തത് കൊണ്ട് നിഷ്കളങ്കതയോടെ, ഉള്ളിലുള്ള സന്തോഷത്തിൻ്റെ അലയടികളെ പുറത്തു കാട്ടാതെ ഞാൻ പറഞ്ഞു... *"എല്ലാം അപ്പൻ തീരുമാനിക്കുന്നതുപോലെ"*.... അപ്പൻ്റെ അടുത്തുനിന്ന് മാറി പോയി വീടിൻ്റെ പിറകിലെ ചെറിയ പാറയിൽ കയറിയിരുന്നു. ഈ സന്തോഷം എനിക്ക് ഉച്ചത്തിൽ വിളിച്ചു പറയണമെന്ന് തോന്നി.. മയ്യന്നയെ ഞാൻ സ്നേഹിക്കുന്നതുപോലെ, ആ മയ്യന്ന എന്നെ മരുമകൾ ആകാൻ മാടിവിളിക്കുന്നത് പോലെ തോന്നി... അതെ... ഞാൻ വരുന്നു... മയ്യന്നയിലേക്ക് മയ്യന്നയുടെ മരുമകളായി...

അറക്കുളത്ത് അയ്യപ്പനോട് നടത്തിയ മൗന പ്രാർത്ഥനയുടെ ഫലം കണ്ടുതുടങ്ങിയിരിക്കുന്നു. മയ്യന്ന എന്ന സ്വപ്നഭൂമിയെ സ്നേഹിച്ച എനിക്ക്, ആ ഭൂമിയിലേക്കുള്ള മടങ്ങി വരവിനായി പ്രകൃതി തന്നെ വഴിതെളിച്ചതായി എനിക്ക് തോന്നി. അന്ന് വൈകിട്ട് തന്നെ വീടിനടുത്തുള്ള ഞങ്ങളുടെ കുടുംബ ക്ഷേത്രത്തിൽ പോയി തിരി വിളക്ക് തെളിയിച്ചു പ്രാർത്ഥിച്ചു.

കുടുംബക്ഷേത്രത്തിലെ പ്രാർത്ഥന ..

മനസ്സിൽ സന്തോഷത്തിന്റെ തിരമാലകൾ ആഞ്ഞടിച്ചു കൊണ്ടിരുന്നു.. ഞാൻ കത്തിച്ച തിരിയിലെ ജ്വാല കൂടുതൽ പ്രഭയോടെ കത്തുന്നതായി എനിക്ക് തോന്നി. കുടുംബദേവതയും എന്നെ അനുഗ്രഹിച്ചതുപോലെ എനിക്ക് തോന്നി. നല്ല രീതിയിൽ ഈ വിവാഹം നടക്കാൻ എല്ലാ ഭാഗങ്ങളിൽ നിന്നുള്ള അനുഗ്രഹങ്ങളുടെയും അദൃശ്യമായ ഉറപ്പ് എനിക്ക് കിട്ടിയതായി തോന്നി.

എൻ്റെ വിവാഹം ഞങ്ങളുടെ സമൂഹത്തിൻ്റെ പാരമ്പര്യ ചിട്ടകളിൽ തന്നെയുള്ളതും, എന്നാൽ ലളിതവുമായിരുന്നു. വിവാഹത്തിന് അടുത്ത ബന്ധുക്കളും, അയൽക്കാരും ഞങ്ങളെ അനുഗ്രഹിക്കാൻ ഒത്തുകൂടി. ഞങ്ങളുടെ വിവാഹത്തിന് കോളാമ്പി മൈക്കും, റെക്കോർഡ് പ്ലെയറും മാത്രമായിരുന്നു ആഡംബരമായി ഉണ്ടായിരുന്നത്. അന്നേദിവസം റെക്കോർഡ് പ്ലെയറിലൂടെ ഇട്ട് കേട്ട ഗാനങ്ങളിൽ ചെമ്മീനിലെ 'പെണ്ണാളെ ....പെണ്ണാളെ., മുറപ്പെണ്ണിലെ 'കടവത്തുതോണി..... കാവ്യമേളയിലെ 'സ്വപ്നങ്ങളെ.... സ്വപ്നങ്ങളെ നിങ്ങൾ സ്വർഗ്ഗകുമാരികൾ അല്ലേ... തുടങ്ങിയ ഗാനങ്ങൾ ഇന്നും

കേൾക്കുമ്പോൾ എന്റെ ഹൃദയമിടുപ്പു കൂടും... ആ സന്തോഷദിവസത്തിന്റെ ഓർമ്മകളിലേക്ക്, എന്നെ തിരികെ കൊണ്ടുപോവുകയും ആഘോഷത്തിന്റെ ഊഷ്മളതയും സന്തോഷവും പുനരുജീവിപ്പിക്കുകയും ചെയ്യും, ഇന്നും ഇടക്കൊക്കെ അവസരങ്ങൾ കിട്ടുമ്പോൾ ഞാനും ഈ പഴയ പാട്ടുകൾ ഒക്കെ പാടാൻ ശ്രമിക്കാറുണ്ട്...

കല്ല്യാണം ..

വിവാഹശേഷം ഞങ്ങൾ അദ്ദേഹത്തിന്റെ ബന്ധുക്കൾക്കൊപ്പം അദ്ദേഹത്തിന്റെ വീടായ വൈരമണിയിലേക്ക് പോകാൻ തയ്യാറായി. കുടുംബത്തിലെ മുതിർന്നവരുടെ എല്ലാം അനുഗ്രഹങ്ങളും, ആശീർവാദങ്ങളും വാങ്ങി. അപ്പന്റെയും, അമ്മയുടെയും കാൽതൊട്ട് വന്ദിച്ചു.. അപ്പൻ രണ്ടു പേരെയും അനുഗ്രഹിച്ചിട്ട്, ഞങ്ങളോട് ആയി പറഞ്ഞു "നിങ്ങൾ ഇന്നുമുതൽ പുതിയൊരു ജീവിതം തുടങ്ങുകയാണ്. നമ്മളെല്ലാവരും മണ്ണിന്റെ മണമുള്ള കർഷകരാണ്. നമ്മുടെ ജീവനും ജീവിതവും ഈ മണ്ണാണ്. മോഹനൻ നല്ലൊരു കറിനാധ്വാനിയായ കർഷകനാണ്. അതുകൊണ്ടുതന്നെ എന്റെ മയ്യന്നയിലെ കൃഷിഭൂമി ഞാൻ നിങ്ങൾക്കു തരികയാണ്.. ഇത് സ്ത്രീധനം അല്ല. വിവാഹ സമ്മാനമാണ്. എനിക്കറിയാം നിങ്ങൾക്ക് ആ മണ്ണിൽ പൊന്നു വിളയിക്കാൻ സാധിക്കും. ഭാവിയിൽ നിങ്ങളുടെ ജീവിതത്തിൽ ആ ഭൂമി ഒരു മുതൽക്കൂട്ടാവും... ഞാൻ ഇനി മുതൽ ഇവിടത്തെ റബ്ബർ കൃഷിയിലും, മറ്റു കൃഷികളിലും കൂടുതൽ ശ്രദ്ധിക്കാൻ സമയം കണ്ടെത്തും."

അപ്പൻറെ വാക്കുകൾ എൻറെ ഹൃദയത്തിൽ അഗാധമായ നന്ദിയും, അതിലുപരി കൂടുതൽ ഉത്തരവാദിത്വവും ജനിപ്പിച്ചു. മയ്യന്നയിലെ കൃഷിഭൂമി വെറും തുണ്ട് ഭൂമിയല്ല. അപ്പൻറെ വർഷങ്ങളായുള്ള വിയർപ്പും കഠിനാധ്വാനവും ആണ്. ഞങ്ങളുടെയും മുന്നോട്ടുള്ള യാത്രയിൽ ഞങ്ങളിൽ അദ്ദേഹം അർപ്പിച്ച വിശ്വാസത്തിൻറെ തെളിവായിരുന്നു അത്. നിറഞ്ഞ കണ്ണുകളോടും, നിശ്ചയദാർഢ്യം നിറഞ്ഞ ഹൃദയത്തോടും കൂടി അപ്പൻറെ വിശ്വാസത്തെ മാനിക്കും എന്നും.. മയ്യന്നയിലെ ഭൂമിയിൽ അപ്പൻ ആഗ്രഹിക്കുന്നതുപോലെ പൊന്നാക്കി മാറ്റുമെന്നും ഞാൻ നിശബ്ദമായി പ്രതിജ്ഞ ചെയ്തു. പരസ്പര വിശ്വാസത്താലും, സ്നേഹ ത്താലും ഭാവിയെ കുറിച്ചുള്ള നിറമുള്ള സ്വപ്നങ്ങൾ നേടണം എന്ന വിശ്വാസത്തിൽ ഒരു ജീവിതയാത്ര തുടങ്ങുകയായിരുന്നു അന്ന് ഞാൻ. എൻറെ കുടുംബ വീട് ഉപേക്ഷിച്ചു പോകുന്ന വേദനയിലും, സ്വപ്നഭൂമി എന്ന ലക്ഷ്യത്തിനായി എല്ലാവരുടെയും അനുഗ്രഹത്തോടെ ഞങ്ങൾ പുതിയ ജീവിതത്തിലേക്ക് യാത്ര തുടങ്ങി.

14

ഏറുമാടത്തിലെ ആദ്യരാത്രി

വിവാഹം കഴിഞ്ഞുള്ള വൈരമണിയിലേക്കുള്ള യാത്രയിൽ തന്നെ ഞങ്ങൾ ഞങ്ങളുടെ സ്വപ്നങ്ങൾ പങ്കുവെച്ച് തുടങ്ങിയിരുന്നു... വൈരമണിയിലെ വീട്ടിലെത്തി ആചാരപരമായി വിളക്കുമേന്തി അദ്ദേഹത്തിൻ്റെ വീട്ടിൽ ഞാൻ വലതു കാൽ വച്ചു കയറി... ഞങ്ങളുടെ യാത്രയുടെ ഇടയിലെ സംസാരങ്ങളിൽ നിന്ന് മയ്യന്നായിലെ ആ സ്വപ്ന ഭൂമിയിൽ ആവണം നമ്മുടെ ആദ്യരാത്രി എന്ന് ഞങ്ങൾ തീരുമാനിച്ചിരുന്നു. അതിനായി വീട്ടുകാരോട് രാത്രിയിൽ മരച്ചീനിയും, കപ്പയും ആ സ്ഥലത്ത് ആളില്ലെങ്കിൽ പന്നികളും, എലികളും വന്നു നശിപ്പിച്ചു കളയും എന്നും, അതിനാൽ അവിടെ രാത്രിയിൽ ആളനക്കവും, കാവലും ഉണ്ടാവണമെന്നും അദ്ദേഹം സമർത്ഥമായി സൂത്രത്തിൽ തന്നെ തന്നെ അവതരിപ്പിച്ചു. അതുകൊണ്ട് ഞങ്ങൾ മയ്യന്നായിലെ ഏറുമാടത്തിൽ കൃഷി സംരക്ഷകരായി ഇന്ന് അവിടെ പൊക്കൊള്ളാം എന്ന് അമ്മയോടും, അമ്മാവന്മാരോടും പറഞ്ഞു. അദ്ദേഹത്തിൻ്റെ കണ്ണുകളിലെ കുസൃതിയും, തിളക്കവും തിരിച്ചറിഞ്ഞ അമ്മാവന്മാരിൽ ഒരാൾ നിർദോഷമായ ഫലിതങ്ങൾ പറഞ്ഞ് ആ രംഗം കൂടുതൽ ഉന്മേഷം ഉള്ളതാക്കി. *"നിൻ്റെ ആദ്യരാത്രി പന്നി കൂട്ടത്തിൻ്റെ ഇടയിൽ ആണോ !?"*... എന്ന് പരിഹാസരൂപേണ ചോദിച്ചു, എല്ലാവരും അത് കേട്ട് ആർത്തു ചിരിച്ചു.. പരസ്പരം പറയുന്ന നർമ്മ പ്രദമായ പരിഹാസങ്ങളും, ആഹ്ലാദത്തിൻ്റെ ശബ്ദവും അന്തരീക്ഷത്തിൽ നിറയുകയും ചെയ്തു.. ഞങ്ങൾ തമ്മിലുള്ള ബന്ധം കൂടുതൽ ദൃഢമാകുന്നത് അറിഞ്ഞുകൊണ്ട് എനിക്ക് ഒരു ശാന്തമായ സന്തോഷം തോന്നി.

ഏറുമാടത്തിലേക്ക് ..

സമയം ഇരുട്ടി തുടങ്ങിയപ്പോൾ ഞങ്ങൾ മയ്യന്നയിലെ ഏറുമാടത്തിനരികിലേക്ക് നടന്നു. നിലാ വെളിച്ചം ഞങ്ങൾക്ക് ചുറ്റും ഒരു മാന്ത്രിക പ്രഭാവലയം സൃഷ്ടിച്ചിരുന്നു. കാട്ടിലൂടെയുള്ള നടപ്പിനിടയിൽ അദ്ദേഹത്തിന്റെ കൈ, എന്റെ കയ്യിലും.. എന്റെ കൈ അദ്ദേഹത്തിന്റെ കൈയിലും തട്ടുന്നുണ്ടായിരുന്നു. ഓരോ സ്പർശനവും എന്നിൽ ഒരു രോമാഞ്ചം പകരുന്നുണ്ടായിരുന്നു. ആ നിമിഷത്തെ ആവേശത്താൽ, വികാര വേലിയേറ്റത്താൽ ഹൃദയമിടിപ്പ് വേഗതയിൽ ആയി... അപ്പോൾ എന്റെ അശ്രദ്ധയാൽ എന്റെ കയ്യിൽ നിന്നും ഒരു പൊതി നിലത്തുവീണു. ഞങ്ങൾ രണ്ടുപേരും അത് തിരിച്ചെടുക്കാൻ ഒരുമിച്ചു കുനിഞ്ഞു.. ഞങ്ങളുടെ തലകൾ ചെറിയ വേദനയോടെ സ്പർശിച്ചു. ഒരു നിമിഷം ആ അടുപ്പം വീണ്ടും എന്റെ ഹൃദയമിടിപ്പിനെ കൂടുതൽ തീവ്രമാക്കി.

കാട്ടു പൂക്കളുടെ സുഗന്ധത്താൽ ചുറ്റപ്പെട്ട കമുകിൻ തോട്ടത്തിന് സമീപം എത്തിയപ്പോൾ അദ്ദേഹം പെട്ടെന്ന് എന്നെ തന്റെ കൈകളിലേക്ക് വലിച്ചടുപ്പിച്ച് ആലിംഗനം ചെയ്തു. ഓർക്കാപ്പുറത്തുള്ള ആ അനുഭവത്തിൽ പതറിയ ഞാൻ അദ്ദേഹത്തെ കളിയായി തള്ളി മാറ്റി. ആലിംഗനത്തിനിടയിൽ എന്റെ തള്ളി മാറ്റത്തെ കണ്ട്, കണ്ണുകളിൽ കുസൃതിയോടെ എന്നോട് കളിയാക്കി ചോദിച്ചു "ഉമ്മയ്ക്ക് പകരം എനിക്ക് പിച്ചാണോ തരുന്നത്."... പരസ്പരം കളിയാക്കിയും ചിരിച്ചും, സംസാരിച്ചും ഞങ്ങൾ തമ്മിലുള്ള

അകലം അലിഞ്ഞില്ലാതാകുകയായിരുന്നു. അങ്ങനെ ഞങ്ങൾ ഏറുമാടത്തിനടുത്ത് എത്തി. ഞങ്ങൾക്ക് രാത്രിയിൽ കഴിക്കാനുള്ള ഭക്ഷണപ്പൊതികളും, കുറച്ച് അത്യാവശ്യ സാധനങ്ങളും കയ്യിൽ മുറുകെ പിടിച്ചു കൊണ്ട് ഞാൻ സാഹസികമായി ഏറുമാടത്തിന്റെ ഗോവണിയുടെ കയർ മുറുകെപ്പിടിച്ച് മുകളിലോട്ട് കയറാൻ ശ്രമിച്ചു. ഞാൻ കയറുമ്പോൾ കയർ ആടിക്കൊണ്ടിരുന്നു. കയ്യിൽ സാധനങ്ങൾ ഇരുന്നതുകൊണ്ട് ഇടയ്ക്കിടെ ബാലൻസ് തെറ്റി വീഴാൻ പോയിരുന്നു. അദ്ദേഹം തന്റെ ഉറച്ച ബലമുള്ള കൈകളാൽ ഗോവണിയുടെ കയർ മുറുകെ പിടിച്ചിരുന്നു. അദ്ദേഹത്തിന്റെ ധൈര്യം നൽകിയുള്ള ഉറച്ച നിൽപ്പും, സ്നേഹം നിറഞ്ഞ നോട്ടവും എനിക്ക് ആശ്വാസവും സന്തോഷവും നൽകുന്നതായിരുന്നു. ഞങ്ങൾ രണ്ടുപേരും കേറിയ ശേഷം, അദ്ദേഹം കയർ ഗോവണി ഏറുമാടത്തിൽ നിന്ന് തന്നെ മടക്കി, ചുരുട്ടി കൈവരിയിൽ കെട്ടി വെച്ചു.. *"ഇതാണ് മൃഗങ്ങളിൽ നിന്ന് രക്ഷ നേടാനുന്ന രീതി.."*എന്ന് പറഞ്ഞു തന്നു.

കൊടും കാനനത്തിലെ, ഉയരമുള്ള മരത്തിനു മുകളിലെ മുളയും, പലകയും, കുട പനയുടെ ഓലയും കൊണ്ട് നിർമ്മിച്ച ഉറപ്പുള്ള ഏറുമാടത്തിൽ, ഞങ്ങൾ ഞങ്ങൾക്കു മാത്രമായുള്ള ഒരു ലോകത്തിലായിരുന്നു. പ്രകൃതിയും, കാറ്റും, മഞ്ഞും, നിലാവും എല്ലാം ഞങ്ങൾക്ക് മണിയറ ഒരുക്കാൻ ചുറ്റും നിൽക്കുന്നത് പോലെ തോന്നി... ഞങ്ങൾക്ക് കഴിക്കാൻ കൊണ്ടുവന്ന ഭക്ഷണപ്പൊതികൾ ഞാൻ തുറന്നു. ഞങ്ങൾ മുഖത്തോട് മുഖം നോക്കിയിരുന്നു ഒറ്റ പാത്രത്തിൽ നിന്ന് പരസ്പരം ഭക്ഷണം പങ്കുവച്ചു കഴിച്ചു. അദ്ദേഹത്തിന്റെ വായിൽ എന്റെ കൈകൾ കൊണ്ട് ഭക്ഷണം നൽകിയപ്പോഴും, അദ്ദേഹത്തിന്റെ കൈകൾ കൊണ്ട് എനിക്ക് ഭക്ഷണം നൽകിയപ്പോഴും കഴിക്കുന്ന ഭക്ഷണത്തിന് ഇരട്ടി സ്വാദ് തോന്നി. സ്നേഹവും, കരുതലും കൂടി കലർന്ന രുചി. ഭക്ഷണം കഴിച്ച ശേഷം ഞങ്ങൾ ആകാശത്തെ നക്ഷത്രങ്ങളെ നോക്കി ഒരു പുതപ്പിൻ കീഴിൽ കിടന്നു. അദ്ദേഹത്തിന്റെ നെഞ്ചിലെ ചൂടേറ്റ് കിടന്നപ്പോൾ ഈ ലോകത്തിലെ ഏറ്റവും ഭാഗ്യവതിയായ സ്ത്രീ ഞാനാണെന്ന് തോന്നി....

ആദ്യരാത്രി ..

ഞങ്ങളുടെ ശ്വാസങ്ങൾ കൂടിച്ചേർന്ന് ഒന്നായി തീരുകയായിരുന്നു. ആ രാത്രി ഞങ്ങൾ പരസ്പരം എല്ലാ അർത്ഥത്തിലും ഒന്നായി തീർന്നിരുന്നു. ആ ഏറുമാടം ഞങ്ങളുടെ സ്നേഹവും, വിശ്വാസവും നിശ്വാസങ്ങളും ഏറ്റ് ഞങ്ങൾക്ക് സുരക്ഷയായി കാവൽ നിന്നു.

15

മയ്യന്നയും ഞാനും

വിവാഹം കഴിഞ്ഞുള്ള മധുവിധുവിന്റെ നാളുകൾ ആയിരുന്നു പിന്നീടുള്ള ദിനങ്ങൾ. ഘോര വനാന്തരാതിർത്തിയിൽ ആനയും, പോത്തും, കാട്ടുപന്നികളും, മാനുകളും എല്ലാം ഞങ്ങൾക്ക് അയൽവക്കത്തുള്ള ബന്ധുജനങ്ങളെ പോലെയായി. പലപ്പോഴും തുള്ളികളിച്ച് കുടിലിനടുത്തേക്ക് ഓടി വന്ന് തിരിച്ചോടി പോകുന്ന മാനുകൾ അയൽ വീട്ടിലെ കുസൃതിക്കാരൻ ആയ കുട്ടിയെ പോലെയായിരുന്നു.

കാട്ടിലെ കൂട്ടുകാർ ..

എന്റെ ജീവിതത്തിലെ ഏറ്റവും സന്തോഷവും, സമാധാനവും നിറഞ്ഞ ദിവസങ്ങളിലൂടെ ഞാൻ കടന്നുപോയിക്കൊണ്ടിരിക്കുകയായിരുന്നു. ഒരു

ദിവസം രാവിലെ ഒരു വലിയ ചത്ത പന്നിയെയും, വലിയ തടിക്കമ്പിൽ തലകീഴായി കെട്ടി, രണ്ടുപേരുടെ തോളുകളുടെ സഹായത്തോടെ വഹിച്ചുകൊണ്ട് ഞങ്ങളുടെ കുടിലിനടുത്തേക്ക് അദ്ദേഹത്തിന്റെ അമ്മാവന്മാരും, മറ്റു ചില ബന്ധുക്കളും കൂടി വന്നു. ഇത്രയും വലിയ പന്നിയെ എങ്ങനെ കിട്ടി എന്ന് ഞാൻ അവരോട് ആശ്ചര്യത്തോടെ ചോദിച്ചു. അപ്പോൾ അവർ അവരുടെ കൈകളിലെ സിംഗിൾ, ഡബിൾ ബാരലുകൾ ഉള്ള തോക്കുകൾ ഉയർത്തി കാട്ടി. കാട്ടിലെ വന്യമൃഗങ്ങളുടെ ആക്രമണങ്ങളിൽ നിന്ന് സ്വയരക്ഷയ്ക്ക് വേണ്ടി ഉപയോഗിക്കാനുള്ള അധികൃതരുടെ അനുമതി വാങ്ങിയ തോക്കുകൾ ആയിരുന്നു അവർക്ക് ഉണ്ടായിരുന്നത്. *"ഇത്രയും നാൾ നിങ്ങളുടെ കപ്പയും, ചേമ്പും.. ഒക്കെ തിന്നുകൊണ്ടിരുന്ന ഭീകരനാണിവൻ"* ആ വലിയ ചത്ത കാട്ടുപന്നിയെ ചൂണ്ടിക്കാട്ടി അമ്മാവൻ പറഞ്ഞു. *"ഇനി ആരും ഇതിന്റെ ശല്യം പറഞ്ഞ് കുടുംബവീട്ടിൽ നിന്ന് മാറി നിൽക്കണ്ട.. അവന്റെ കാര്യം ഞങ്ങൾ തീർത്തു.. ഇനി ആരും നിങ്ങളുടെ മരച്ചീനി നശിപ്പിക്കാൻ വരില്ല"* ഇതും പറഞ്ഞ് അവരെല്ലാം കൂടി അർത്ഥം വച്ച് പരിഹാസ രൂപേണ പൊട്ടിച്ചിരിച്ചു.

ഈ ഒച്ചയും, ബഹളവും സംസാരങ്ങളും കേട്ട് അദ്ദേഹം അങ്ങോട്ടു വന്നു. അവർക്കെല്ലാം കട്ടൻ കാപ്പി തയ്യാറാക്കി കൊടുക്കാൻ അദ്ദേഹം എന്നോട് ആവശ്യപ്പെട്ടു. ഞാൻ അവർക്ക് ചൂട് കാപ്പിയും, മരച്ചീനി പുഴുങ്ങിയതും തയ്യാറാക്കി കൊണ്ടുവന്നു. ഈ സമയം അമ്മാവന്മാരിൽ ഒരാൾ എന്നോട് ഈ പന്നിയെ കറി വയ്ക്കാൻ എടുത്തോളാൻ പറഞ്ഞു. അതു കേട്ട ഞാൻ മാംസം കഴിക്കാൻ അദ്ദേഹത്തിനു താല്പര്യമില്ലെന്നും, മത്സ്യം കറിവെച്ച് കഴിക്കാനാണ് ഇഷ്ടമെന്നും അവരോട് പറഞ്ഞു. പരിസ്ഥിതിയുമായി ഇണങ്ങി പ്രകൃതിയെ ആഴത്തിൽ മനസ്സിലാക്കുന്ന.. ബാഹ്യ ഭാവങ്ങളിൽ കഠിനത തോന്നുന്ന എന്നാൽ ആന്തരിക ഭാവത്തിൽ ലോല ഹൃദയനായ ഒരു വ്യക്തിയായിരുന്നു അദ്ദേഹം.. എന്ന് ചുരുങ്ങിയ ദിവസങ്ങൾ കൊണ്ട് തന്നെ ഞാൻ മനസ്സിലാക്കിയിരുന്നു.

മരച്ചീനി പുഴുങ്ങിയതും, കാപ്പിയും കഴിച്ചുകൊണ്ട് എല്ലാവരും കൂടി സാമൂഹിക പ്രശ്നങ്ങളിലേക്കും, കാർഷിക വിപണിയെക്കുറിച്ചുള്ള ചർച്ചകളിലേക്കും കടന്നു. അക്കാലത്തെ കർഷകർ നേരിടുന്ന വെല്ലു വിളികളെക്കുറിച്ചും.. അവ നേരിടാൻ എടുക്കേണ്ട മുൻകരുതലുകളെ കുറിച്ചും ഉള്ള ചർച്ചകൾ സജീവമായി തന്നെ നടന്നു. സജീവമായ കാർഷിക ചർച്ചകൾക്കിടയിൽ കടന്നുവന്ന ആശങ്കാജനകമായ ചില കേൾവികൾ എന്റെ മനസ്സിനെ വല്ലാതെ നോവിച്ചു. എന്തെന്നാൽ മയ്യന്ന, വൈരമണി ഉൾപ്പെടെയുള്ള ചുറ്റുമുള്ള ഗ്രാമങ്ങൾ ഉൾക്കൊള്ളുന്ന പ്രദേശങ്ങൾ കേന്ദ്രീകരിച്ച് ഒരു വലിയ അണക്കെട്ട് വൈദ്യുതി ഉല്പാദനത്തിനായി

നിർമ്മിക്കാൻ ഗവൺമെൻറ് തലത്തിൽ ആലോചന നടക്കുന്നുണ്ടെന്നും, അങ്ങനെ ആ തീരുമാനം പ്രാവർത്തികമാകുകയാണെങ്കിൽ കുറെ ഗ്രാമങ്ങൾ വെള്ളത്തിനടിയിൽ ആകും എന്നും അവരുടെ സംസാരത്തിൽ നിന്ന് ഞാൻ മനസ്സിലാക്കി.

ഇടുക്കി അണക്കെട്ടു നിർമാണത്തിൻ്റെ വാർത്ത...

എൻ്റെ സ്വപ്നഭൂമി വെള്ളത്തിനടിയിലായി പോകുന്ന കാര്യം എനിക്ക് ആലോചിക്കാൻ പോലും കഴിയുന്നതായിരുന്നില്ല.. ആ ഗ്രാമങ്ങളിൽ താമസിക്കുന്ന ജനങ്ങൾ തങ്ങളുടെ ഭൂമിയോടും, പൈതൃകത്തോടും അഗാധമായി ബന്ധമുള്ളവരും അവരുടെ ജീവനോപാധിയായ കൃഷിയുമായി ബന്ധപ്പെട്ടവരും ആയിരുന്നു.

ഗവൺമെൻറ് തലത്തിൽ നടക്കുന്ന ചർച്ചകൾ അത് വിജയിക്കുകയും പ്രാവർത്തിക തലത്തിലേക്ക് പോവുകയും ചെയ്താൽ ഗവൺമെൻറ് ഉത്തരവ് നാടിൻ്റെ വികസനത്തിൻ്റെ ആവശ്യത്തിനായി അനുസരിക്കാതിരിക്കാൻ ആർക്കും സാധിക്കുമായിരുന്നില്ല. ഈ ചർച്ചകൾ എല്ലാം കേട്ട് എൻ്റെ മനസ്സ് ആകെ ആശങ്കാജനകമായി. എൻ്റെ സ്വപ്നഭൂമിയിൽ നിന്ന് മറ്റൊരു സ്ഥലത്തേക്കുള്ള പറിച്ചു നടൽ എന്നത് എനിക്ക് സങ്കൽപ്പിക്കാൻ പോലും പറ്റുന്നതായിരുന്നില്ല. കാരണം മയ്യന്ന എൻ്റെ ജീവൻ്റെ ഒരു ഭാഗം തന്നെയായിരുന്നു. എൻ്റെ ശരീരത്തിലെ ഒരു അവയവം നഷ്ടപ്പെടുന്നതു പോലുള്ള വേദനയായിരിക്കും മയ്യന്നയെ നഷ്ടപ്പെട്ടാൽ എനിക്ക്

ഉണ്ടാവുന്നത്.

16

മയ്യന്നയിൽ നിന്നുള്ള മടക്കം

ശാന്തമായ ഒരു സായാഹ്നത്തിൽ ഒരു ഇടിമുഴക്കം പോലെയാണ് ആ വാർത്ത ഞങ്ങൾ ശ്രവിച്ചത്. ഞങ്ങൾ ഭയപ്പെട്ടിരുന്നത് ഒടുവിൽ സംഭവിച്ചിരിക്കുന്നു. ഇടുക്കി ജല വൈദ്യുത പദ്ധതിക്ക് വേണ്ടി മയ്യന്ന, വൈരമണി, നെടിയാണി, വെങ്ങാനം എന്നിവിടങ്ങളിലെ ജനതയെ ഒഴിപ്പിക്കുകയും ആ ഗ്രാമങ്ങൾ എല്ലാം പദ്ധതി പൂർത്തിയാകുമ്പോൾ ജലത്തിനടിയിൽ മറയപ്പെടുകയും ചെയ്യും.

റവന്യൂ അധികാരികളിൽ നിന്ന് ആ ഗ്രാമത്തിലെ എല്ലാ താമസക്കാർക്കും 45 ദിവസത്തിനകം വീടും സ്ഥലവും ഒഴിയണമെന്ന ഉത്തരവ് രേഖാമൂലം ലഭിച്ചു. ആ കടലാസ് കഷണം എന്റെ കയ്യിൽ ഇരുന്നു വിറച്ചു. എനിക്ക് ആ സത്യത്തെ ഉൾക്കൊള്ളാനായില്ല. അപ്പന്റെ കാലത്തെ അധ്വാനവും, എന്റെ വിവാഹ ജീവിതത്തിലെ പുതിയ തുടക്കവും, ഞങ്ങളുടെ പ്രതീക്ഷകളും, ഞങ്ങൾക്ക് ജനിക്കുന്ന കുട്ടികൾ മയ്യന്നയിലെ ഈ മണ്ണിലൂടെ പിച്ചവെച്ച് നടക്കുന്ന സ്വപ്നങ്ങളും... എല്ലാം ഒറ്റ നിമിഷം കൊണ്ട് തകർന്നടിഞ്ഞിരിക്കുന്നു.

എന്ത് കാര്യത്തിനും ചങ്കുറപ്പോടെ നിന്നിരുന്ന എന്റെ ഭർത്താവ് ഈ വാർത്ത അറിഞ്ഞതു മുതൽ ആശങ്കകളോടെ ചിന്താനിമഗ്ധനായി കുടിലിനു മുൻപിലുള്ള കല്ലിലിരുന്നു. ഗ്രാമത്തിലെ ഓരോ വീട്ടിലെയും അവസ്ഥ വ്യത്യസ്തമായിരുന്നില്ല. എല്ലാവരുടെയും മനസ്സിൽ ആശങ്കകളും, ആകുലതകളും നിറഞ്ഞു നിന്നിരുന്നു.

അന്ന് വൈകുന്നേരം ഗ്രാമത്തിലെ ആൽമരത്തിന്റെ ചുവട്ടിൽ ഗ്രാമവാസികൾ എല്ലാം ഒത്തുകൂടി. ഇതിനുമുൻപ് സന്തോഷവും, സൗഹൃദവും, ചിരിയും, കളികളും ആയി കൂടിയിരുന്ന അവർ നിരാശയും, വിഷമവും നിറഞ്ഞ മുഖഭാവത്തോടെ തങ്ങളുടെ ആകുലതകൾ പങ്കിട്ടു.

വിഷമങ്ങളുടെ ഒത്തുചേരൽ..

പല ദിവസങ്ങളിലും ഗ്രാമവാസികൾ ആൽമരച്ചുവട്ടിൽ ഒത്തുകൂടി.. കുടിയിറക്കൽ പ്രതിരോധിക്കാനുള്ള മാർഗങ്ങൾ ചർച്ച ചെയ്തു. അതിനായി അവർ വൻ സമരപരിപാടികൾ ആസൂത്രണം ചെയ്തു. എന്നാൽ അധികാരികൾ അതിനെതിരെ ശക്തമായ താക്കീത് നൽകുകയും സമരപരിപാടികൾ തുടർന്നപ്പോൾ പോലീസിനെ ഇറക്കി ലാത്തി വീശിയും.. തോക്കുകൾ പോലും ഉപയോഗിച്ച് സമരക്കാരെ ഭയപ്പെടുത്തുവാൻ ശ്രമിച്ചു. തങ്ങളുടെ എതിർത്തു നിൽപ്പുകൾക്ക് ആ ഗവൺമെന്റ് തീരുമാനത്തെ മറികടക്കാൻ സാധ്യമല്ലെന്ന് സമരക്കാർ മനസ്സിലാക്കി. മനസ്സില്ലാ മനസ്സോടെ തങ്ങളുടെ എല്ലാം ഉപേക്ഷിച്ചു പോകാൻ അവർ നിർബന്ധിതരായി.

മയ്യന്നയിലെ പ്രശ്നങ്ങൾ കേട്ടറിഞ്ഞ അപ്പൻ ഞങ്ങളുടെ വീട്ടിലെത്തി. ഞങ്ങളോട് കരിപ്പലങ്ങാട്ടേക്ക് തിരിച്ചു പോരാൻ ആവശ്യപ്പെട്ടു. ഞങ്ങളും ഗത്യന്തരമില്ലാതെ മടക്കയാത്രയ്ക്കുള്ള തയ്യാറെടുപ്പുകൾ തുടങ്ങി. അപ്പനും, അദ്ദേഹവും കൂടി കൊണ്ടുപോകാൻ പറ്റുന്ന സാധനങ്ങൾ അടുക്കിയെടുക്കാൻ തുടങ്ങി. ഉണക്കി വെച്ചിരുന്ന കുരുമുളകും, കാപ്പിയും, ഉണക്ക കപ്പയും എല്ലാം അവർ കൊണ്ടുപോകാനായി ചാക്കിൽ കെട്ടിയെടുത്തു വച്ചു.

എനിക്കപ്പോഴും ഒന്നും ചെയ്യാൻ തോന്നിയില്ല. മനസ്സ് മരവിച്ചു പോയിരുന്നു. മയ്യന്ന വിട്ടുപോകാൻ എനിക്ക് കഴിയുമായിരുന്നില്ല. ഞാൻ സാവധാനം കുടിലിൽ നിന്നും ഇറങ്ങി. എന്റെ മയ്യന്നയിലെ ജീവിതം തുടങ്ങിയ ആ

ഏറുമാടത്തിൽ കുറച്ചുനേരം ഇരിക്കണമെന്ന് എനിക്ക് തോന്നി. മെല്ലെ ഞാൻ കയറു ഏണിയിലൂടെ പിടിച്ച് ഏറുമാടത്തിൽ കയറി. എനിക്കൊന്നു പൊട്ടി കരയണം. എന്റെ ഹൃദയത്തിൽ ഖനീഭവിച്ചു കിടക്കുന്ന ദുഃഖത്തെ ഇവിടെ വച്ച് തന്നെ കണ്ണീരിലൂടെ കഴുകി കളയണം. ഞാൻ വിശാലമായ നെൽപ്പാടങ്ങളിലേക്ക് നോക്കി ഏറുമാടത്തിന്റെ കൈപ്പിടിയിൽ പിടിച്ചുനിന്നു. ഞാൻ കരഞ്ഞപ്പോൾ പ്രകൃതിയും എന്നോടൊപ്പം കരയുന്നതായി എനിക്ക് തോന്നി.

പെട്ടെന്ന് എനിക്ക് മുൻപിൽ നിൽക്കുന്ന കാഴ്ചകൾ മറയുന്നതുപോലെ... ഭൂമി എനിക്ക് ചുറ്റും കറങ്ങുന്നതായി തോന്നി. ഇരുട്ട് കണ്ണിലേക്ക് കയറുന്നതുപോലെ തോന്നി. ഓക്കാനും വരുന്നതു പോലെ... ഉടൻതന്നെ ഞാൻ പലതവണ ഛർദ്ദിച്ചു. ഏറുമാടത്തിനുള്ളിലേക്ക് തലകറങ്ങി വീണു. ഏറുമാടത്തിന് താഴെ നിന്നിരുന്ന അദ്ദേഹവും, ബന്ധുക്കളും ഇത് കണ്ട് അങ്ങോട്ടേക്ക് ഓടി കയറി വന്നു.

തലകറക്കത്തിന്റെ മയക്കം വിട്ട് ഞാൻ ബോധത്തിലേക്ക് വന്നപ്പോൾ എന്റെ ഭർത്താവും, അമ്മമാരും ആശങ്കയോടെ എനിക്ക് ചുറ്റും നിൽക്കുന്നത് ഞാൻ കണ്ടു.

ദുഃഖത്തിലെ : സന്തോഷം

അവരിൽ ഒരു അമ്മ എന്റെ തലയിൽ മെല്ലെ തലോടി കൊണ്ട് പുഞ്ചിരിയോടെ എന്നോട് ആ സന്തോഷവാർത്ത അറിയിച്ചു. 'ഞാൻ ഒരു

അമ്മയാകാൻ പോകുന്നു എന്ന സന്തോഷം.., സന്തോഷം നിറഞ്ഞ ആ വാർത്ത ആ നിമിഷം അവിടം വിട്ടു പോകുന്നതിന്റെ സങ്കടത്തിനിടയിലും, ഒരു പ്രതീക്ഷയുടെ തിരി നാളം തെളിയിച്ചു. ഞങ്ങൾ ഞങ്ങളുടെ ജീവിതം തുടങ്ങിയ സ്ഥലത്ത് വച്ച് തന്നെ ഒരു പുതുജീവനും ഞങ്ങൾക്കൊപ്പം ചേരാൻ വരുന്നു എന്ന സന്തോഷവാർത്ത ശ്രവിച്ചപ്പോൾ പ്രകൃതിയുടെ വീണ്ടും പ്രതീക്ഷ നൽകാൻ ഉതകുന്ന കരുതലിനെ ഞാൻ തിരിച്ചറിഞ്ഞു.

എന്റെ അപ്പോഴുള്ള ശാരീരിക അവസ്ഥയ്ക്ക് അധികം അലച്ചിലുകൾ നല്ലതല്ലെന്ന് മനസ്സിലാക്കിയ അപ്പൻ എന്നെയും കുറച്ചുപേരെയും കൂട്ടി കരിപ്പലങ്ങാട്ടേക്ക് പോന്നു. അദ്ദേഹം അവിടെ തന്നെ കുറച്ചു ദിവസങ്ങൾ കൂടി നിൽക്കുകയും ഡാം നിർമ്മാണം മൂലം മുങ്ങി പോകാൻ സാധ്യതയില്ലാത്ത സമീപപ്രദേശത്ത് തന്നെ കുറച്ചു സ്ഥലം വാങ്ങാനും തീരുമാനിച്ചു. കൃഷിക്ക് അനുയോജ്യമായതും, ഫലഭൂയിഷ്ഠവുമായ കുറച്ചു ഭൂമി പോത്തുമറ്റത്ത് ഉണ്ടെന്ന് അദ്ദേഹത്തോട് ആരോ പറഞ്ഞു. അദ്ദേഹം പോത്തുമറ്റത്ത് കുറച്ചു സ്ഥലം വാങ്ങി. മയ്യന്ന വിട്ടു പോന്നെങ്കിലും മയ്യന്നയുടെ ഓർമ്മകൾ എന്റെ ഓരോ അണുവിലും നിറഞ്ഞു നിൽക്കുകയായിരുന്നു.

17

ആധുനികതയുടെ അനിവാര്യത: ഇടുക്കിയുടെ പരിവർത്തനം

ഇടുക്കി പദ്ധതി പ്രദേശങ്ങളിലെ മുഴുവൻ ഗ്രാമീണരെയും അധികൃതർ ബലം പ്രയോഗിച്ചു നീക്കം ചെയ്തു. കുറച്ചുപേർ സ്ഥലം വാങ്ങി സമീപപ്രദേശങ്ങളിൽ വീട് വച്ച് താമസമാക്കി. എന്റെ ഭർത്താവ് പോത്തുമറ്റത്ത് കൃഷിക്ക് അനുയോജ്യമായ ഭൂമി വാങ്ങി. ചെറിയ രീതിയിൽ കൃഷി തുടങ്ങുകയും, ഒരു ചെറിയ അടുക്കളയും രണ്ട് മുറികളും ഉള്ള ഒരു വീടും നിർമ്മിക്കാൻ ആരംഭിച്ചു.

കുടിയിറക്കപ്പെട്ട ഗ്രാമീണർക്ക് മലയാറ്റൂർ, മഞ്ഞപ്ര, കാലടി എന്നിവിടങ്ങളിലായി പകരം ഭൂമി ലഭിച്ചു. ഞങ്ങൾക്ക് പകരമായി മഞ്ഞപ്രയിൽ കിട്ടിയ 5 ഏക്കർ ഭൂമി അദ്ദേഹത്തിന്റെ അനുജൻ ഗോപാലകൃഷ്ണന് ഞങ്ങൾ നൽകി. 'ഇടുക്കി പദ്ധതി' എന്ന ബൃഹത് ജലവൈദ്യുത സാങ്കേതികതയുടെ പ്രാരംഭ പണികൾ തുടങ്ങി. അതിനായി കേരള സ്റ്റേറ്റ് ഇലക്ട്രിസിറ്റി ബോർഡ് ഒരു മഹത്തായ ദൗത്യം ആരംഭിച്ചു.

ഡാം...തുടക്കം

ആധുനികതയെ പ്രകൃതിയുടെ മനോഹാരിതയുമായി കൂട്ടിയിണക്കാൻ ശ്രമിച്ചുകൊണ്ട് ദുർഘടമായ ഭൂപ്രദേശത്ത് ഉടനീളം ഓഫീസിനും, കോട്ടേഴ്സിനുമായി ധാരാളം താൽക്കാലിക കെട്ടിടങ്ങൾ പണിതു. ഇടുക്കി ജലവൈദ്യുത പദ്ധതി കനേഡിയൻ സഹകരണത്തോടെ വികസിപ്പിച്ച ഒന്നായിരുന്നു. അതുകൊണ്ട് കുളമാവിൽ കനേഡിയൻ എൻജിനീയർമാർക്കുള്ള വസതികൾ മനോഹരമായ മലകൾക്കു മുകളിൽ പണിതു. ഇത് "സായിപ്പിൻ ബംഗ്ലാവ് " എന്ന പേരിൽ ഗ്രാമീണരാൽ അറിയപ്പെട്ടു.

പൊട്ടൻ പടി മലനിരകൾ ഒരു വ്യാവസായിക വിസ്മയത്തിന്റെ മൂകസാക്ഷികളായി നിലകൊണ്ടു നിന്നു. പ്രകൃതിയിലെ തനതായ രൂപത്താൽ നിന്നിരുന്ന ശക്തമായ കല്ലുകൾ വലിയ ഡ്രില്ലിങ് മെഷീനുകൾ ഉപയോഗിച്ച് പൊട്ടിച്ചെടുത്തു. അത്രയും നാൾ ശാന്തമായിരുന്ന അന്തരീക്ഷം യന്ത്രങ്ങളുടെ ശബ്ദത്താൽ ശബ്ദ മുഖരിതമായി.

കനേഡിയൻ ഉദ്യോഗസ്ഥരായ വെള്ളക്കാരെ കൊണ്ടുപോയി നിർമ്മാണത്തിനായി സർവ്വേ നടത്തുന്നതും മറ്റുമായി ഹെലികോപ്റ്ററുകൾ വന്നെത്തി, ഗ്രാമീണരുടെ ഭാഷയിൽ... വലിയ മെഷീൻ തുമ്പികൾ !! അവ ഉയർന്നു പറക്കുന്നതും, നിലത്തു താഴ്ന്നിറങ്ങുന്നതും ഗ്രാമവാസികൾക്ക് പുതുമയും, കൗതുകവും ഉള്ള കാഴ്ചകൾ ആയിരുന്നു.

വലിയ മെഷീൻ (തുമ്പികൾ !!)

മലയുടെ അടിഭാഗത്ത് മൂലമറ്റത്ത്, മൂലമറ്റം പവർഹൗസിന്റെ പണിയും ഇതോടൊപ്പം നടന്നു വന്നു. കേരളത്തിലെ ആദ്യത്തെ ഭൂഗർഭ വൈദ്യുതി നിലയമായ ഇടുക്കി പദ്ധതി ഉദ്യോഗസ്ഥർക്ക് ഒത്തിരി വെല്ലുവിളികൾ നേരിടേണ്ടി വന്ന ഒന്നായിരുന്നു. മല തുരന്ന് മലകൾക്കിടയിലൂടെ കൂറ്റൻ പെൻസ്റ്റോക്ക് പൈപ്പ് വഴി വെള്ളം എത്തിച്ച് അതിന്റെ ശക്തിയിൽ വൈദ്യുതി ഉല്പാദിപ്പിക്കാനുള്ള ശ്രമങ്ങൾ ആയിരുന്നു അവിടെ നടന്നുകൊണ്ടിരുന്നത്. കാനഡയിൽ നിന്ന് നിർമ്മിച്ച കൂറ്റൻ ഡൈനാമോ, ടർബൈനുകൾ, മറ്റു വൈദ്യുത മെഷീനുകൾ ഒക്കെയും കപ്പൽവഴിയും, പിന്നെ റോഡ് മാർഗം വഴിയും എത്തി കൊണ്ടേ ഇരുന്നു...

ഇടുക്കിയുടെ വാതായനമായ അറക്കുളത്ത് ഇന്ത്യ കനേഡിയൻ പങ്കാളിത്തത്തിന്റെ അറിയിപ്പുള്ള ഒരു വലിയ ആർച്ച് ബോർഡ് അഭിമാനത്തോടെ തലയുയർത്തി കാണുന്ന വിധം സ്ഥാപിച്ചു. കനേഡിയൻ സാങ്കേതികവിദ്യയുടെ മികവുകളാൽ ഗ്രാമാന്തരീക്ഷം പാടെ മാറി. ചെറിയ നടപ്പാതകൾ, വാഹനം യഥേഷ്ടം കടന്നുപോകാവുന്ന റോഡുകൾ ആയി മാറി. ഗ്രാമീണർ പലരും ഡാം പണിയുടെ ഭാഗമായി മാറി. ജോലിക്കായി കേരളത്തിലെയും, തമിഴ്‌നാട്ടിലെയും ധാരാളം ആളുകൾ ഇവിടെയെത്തുകയും ഡാം പണിയിൽ പങ്കാളികളാവുകയും ചെയ്തു. ജനങ്ങളുടെ ജീവിത രീതികൾക്ക് തന്നെ കാര്യമായ പരിവർത്തനങ്ങൾ ഉണ്ടായി. തിരക്കേറിയ

സമൂഹങ്ങളുടെ ആവശ്യങ്ങൾ കണ്ടറിഞ്ഞു, വിപണികൾ സജീവമായി. സ്കൂളുകൾ വികസിച്ചു. ആരോഗ്യ മേഖലയിലും പുരോഗതിയുണ്ടായി. കനേഡിയൻ നൂതന സാങ്കേതികവിദ്യകൾ കണ്ട് ഗ്രാമീണർ അമ്പരന്നു. ആധുനിക സാങ്കേതിക വിദ്യങ്ങൾ അണക്കെട്ട് നിർമ്മാണത്തിന് പ്രയോജനപ്പെടുത്തുന്നത് ജനങ്ങൾ വളരെ ആശ്ചര്യത്തോടെ നോക്കി കണ്ടു.

ഇടുക്കി ജലവൈദ്യുത പദ്ധതിയുടെ അത്ഭുതങ്ങളിൽ ഒന്നായിരുന്നു 'കുറവൻ...കുറത്തി' മലകളെ ബന്ധിപ്പിക്കുന്ന ഇടുക്കി ആർച്ച് അണക്കെട്ട്.. 'കൊലുമ്പൻ' എന്ന ദീർഘദർശിയാണ് കുറവൻ, കുറത്തി മലയിടുക്ക് മലങ്കര എസ്റ്റേറ്റ് സൂപ്രണ്ട് ആയിരുന്ന ഡബ്ലിയു. ജെ. ജോണിക്ക് കാണിച്ചുകൊടുത്തത്. കൊലുമ്പൻ എന്ന പേര് ഇടുക്കി അണക്കെട്ടിന്റെ ചരിത്രത്തിൽ നിർണായകമായ സ്ഥാനം നേടിയതുമാണ്. കുറവൻ മലയും, കുറത്തി മലയും ബന്ധിപ്പിക്കുന്നതിനായിരുന്നു പ്രധാന അണക്കെട്ട്. പെരിയാറിൽ സംഭരിക്കുന്ന വെള്ളം ചെറുതോണി പുഴയിലൂടെ ഒഴുകി പോകാതിരിക്കാൻ, ചെറുതോണിയിലും, ഇതിനടുത്തുള്ള കിളിവള്ളി തോട്ടിലൂടെ വെള്ളം നഷ്ടപ്പെടാതിരിക്കാൻ കുളമാവിലും അണക്കെട്ടുകൾ ആവശ്യമായി വന്നു.

ഡാം നിർമ്മാണ പ്രവർത്തികൾ പലതരത്തിലുള്ള വെല്ലു വിളികളിലൂടെയും, പ്രതി ബന്ധങ്ങളിലൂടെയും പുരോഗമിച്ചു വന്നു. അണക്കെട്ടിന്റെ നിർമ്മാണ വേളയിൽ വേതന വർദ്ധനവിന് വേണ്ടിയും, മെച്ചപ്പെട്ട തൊഴിൽ സാഹചര്യങ്ങൾക്ക് വേണ്ടിയും തൊഴിലാളികൾ പണിമുടക്ക് ആരംഭിച്ചു. സമരം ഗുരുതരമാവുകയും നിർമ്മാണ പ്രവർത്തനങ്ങൾ സ്തംഭനാവസ്ഥയിലേക്ക് പോവുകയും ചെയ്തു. തൊഴിലാളികളുടെ ശക്തമായ സമരപരിപാടിയിൽ പോലീസ് ഇടപെടുകയും, സ്ഥിതിഗതികൾ കൂടുതൽ വഷളാവുകയും ചെയ്തു. സ്ഥിതിഗതികൾ നിയന്ത്രണവിധേയമാകാതെ വന്നപ്പോൾ പ്രതിഷേധക്കാരെ പിരിച്ചുവിടാൻ പോലീസിന് വെടിവെപ്പ് നടത്തേണ്ടതായും വന്നു. ഇത് തൊഴിലാളികളെയും അവരുടെ കുടുംബങ്ങളെയും ഭയപ്പെടുത്തുകയും സങ്കടപ്പെടുത്തുകയും ചെയ്തു.

ഈ സമരങ്ങൾക്കിടയിൽ നടന്ന ഏറ്റവും ദൗർഭാഗ്യകരമായ കാര്യം അണക്കെട്ടിന്റെ നിർമ്മാണത്തിന് മേൽനോട്ടം വഹിച്ചിരുന്ന കരാറുകാരൻ ദുരൂഹ സാഹചര്യത്തിൽ മരണപ്പെട്ടതാണ്. ഇത് പദ്ധതിക്ക് മുഴുവൻ കരിനിഴൽ വീഴ്ത്തി. ഈ മരണം തൊഴിലാളികൾക്കിടയിൽ പലതരം അഭ്യൂഹങ്ങൾ പരത്തിയിരുന്നു.

അണക്കെട്ടിന്റെ നിർമ്മാണം മൂലം ചുറ്റുമുള്ള പ്രദേശങ്ങളിൽ ഭൂരിഭാഗവും വെള്ളത്തിനടിയിലായി. ഭൂപ്രകൃതി എല്ലാ കാഴ്ചകളെയും മാറ്റിമറിച്ചു. എന്നിട്ടും

എന്റെ ഓർമ്മകളിൽ മയ്യുന്നയും, ഏറുമാടവും, നെൽവയലുകളും, കാപ്പിത്തോട്ടവും എല്ലാം നിറഞ്ഞുനിന്നു.

പൂർത്തീകരണ ഘട്ടം

അണക്കെട്ടിന്റെ പണി തകൃതിയായി നടക്കുന്നതിനിടയിൽ തന്നെ, ഞാൻ ജനിച്ച എന്റെ കരിപ്പലങ്ങാട്ടെ വീട്ടിൽ വച്ച് ഒരു പെൺകുഞ്ഞിന് ജന്മം നൽകി. ഞങ്ങൾ അവൾക്ക് ഷിനിമോൾ എന്ന പേര് നൽകി. ഞങ്ങളുടെ കുഞ്ഞിനെ പുതിയ വീട്ടിലേക്ക് സ്വാഗതം ചെയ്യുന്നതിന് വേണ്ടി അദ്ദേഹം പോത്തുമറ്റത്തുള്ള ഭവനത്തിന്റെ പണികൾ വേഗം തന്നെ പൂർത്തിയാക്കി.

കുഞ്ഞു ജനിച്ചു മൂന്നു മാസങ്ങൾക്ക് ശേഷം ഞാൻ അദ്ദേഹത്തോടൊപ്പം പോത്തുമറ്റത്തുള്ള വീട്ടിലേക്ക് താമസം വന്നു. പുതിയ വീടും സാഹചര്യങ്ങളുമായി ഞാൻ വളരെ വേഗം പൊരുത്തപ്പെട്ടു. പോത്തുമറ്റത്തെ ഭൂമിയും ഫലഭൂയിഷ്ഠവും, കൃഷിക്കനുയോജ്യവും ആയിരുന്നു. അടുക്കളയും, രണ്ടു മുറികളും ഉള്ള ആ പുല്ലുമേഞ്ഞ വീട്ടിൽ ഞങ്ങൾക്ക് സൗകര്യങ്ങൾ ധാരാളമായിരുന്നു. ആ വീടിനോട് ചേർന്ന് ഒരു തൊഴുത്തും മൂന്നു പശുക്കളും ഉണ്ടായിരുന്നു. അതുകൊണ്ട് പറമ്പിലെ കൃഷികൾക്ക് വളമായി പശുവിന്റെ ചാണകവും പ്രയോജനപ്പെടുത്തി.

പറമ്പിന് താഴെയായി നെൽ കൃഷിക്കായി പാടവും ഉണ്ടായിരുന്നു. കുടിവെള്ള ജലസ്രോതസ്സായി താഴെ ഓലിയെ ആശ്രയിച്ചു വന്നു. ഞാൻ ദിവസവും കുടങ്ങളിൽ വെള്ളം ഓലിയിൽ നിന്ന് ശേഖരിച്ച് തല ചുമടായി

വീട്ടിലെത്തിച്ചിരുന്നു. വർഷങ്ങളുടെ കടന്നു പോക്കിൽ ഷിനി മോൾക്ക് ഇളയവരായി 3 ആൺമക്കൾ കൂടി എനിക്ക് പിറന്നു. ഞാനും, അദ്ദേഹവും മക്കളും കൂടിയുള്ള സന്തോഷകരമായ ദിനങ്ങൾ ആയിരുന്നു പോത്തുമറ്റത്തിന്റെ ഓർമ്മകളായി എൻറെ മനസ്സിൽ ഇന്നും നിറയുന്നത്.

ഇതിനിടയിൽ അദ്ദേഹത്തിന് കെ. എസ്. ഇ .ബി യിൽ ജോലി ലഭിച്ചു. ജോലിയുടെ ഇടവേളകളിൽ അദ്ദേഹം പറമ്പിലുള്ള തന്റെ കായിക അധ്വാനം ഒഴിവാക്കിയിരുന്നില്ല. ഇടുക്കി അണക്കെട്ടിന്റെ ഇന്തോ-കനേഡിയൻ പദ്ധതി 1976 ഫെബ്രുവരിയിൽ അന്നത്തെ പ്രധാനമന്ത്രിയായിരുന്ന ഇന്ദിരാഗാന്ധി ഉദ്ഘാടനം ചെയ്തു. ഇന്ദിരാഗാന്ധി ഉദ്ഘാടനം ചെയ്യുന്നതിനായി മൂലമറ്റം 'ഹെലിപാടിൽ' വന്നിറങ്ങുന്ന കാഴ്ച ഞാനും അദ്ദേഹത്തിന്റെ ഒപ്പം മൂലമറ്റത്തിനു പോയി കണ്ടു. കുട്ടികളെ വിദ്യാഭ്യാസത്തിനായി കുളമാവ് ഐ. എച്ച്. ഇ. പി. (ഇടുക്കി ഹൈഡ്രോ ഇലക്ട്രിക് പ്രോജക്ട്) സ്കൂളിൽ ചേർത്തു...

കാലങ്ങളുടെ ചക്രങ്ങൾ വേഗത്തിലോടി... മക്കളെല്ലാവരും പഠിച്ച് ഉയർന്ന ജോലികൾ നേടി, വിവാഹവും കഴിച്ചു. അദ്ദേഹവും തന്റെ ജോലിയിൽ നിന്ന് റിട്ടയർ ആയി. എന്നിട്ടും അദ്ദേഹം തന്റെ കൃഷിപ്പണികൾ സജീവമായി തുടർന്നിരുന്നു. ഞങ്ങൾക്ക് കൊച്ചുമക്കളോടൊപ്പം ചിലവിടുന്ന സമയങ്ങൾ കൂടുതൽ സന്തോഷങ്ങൾ നൽകിയിരുന്നു. ഒരു ദിവസം വളരെ ആകസ്മികമായി അദ്ദേഹം ഈ ലോകത്ത് നിന്നും, ഞങ്ങളിൽ നിന്നും വേർപെട്ടുപോയി.

പിന്നീട് പോത്തുമറ്റത്തെ വീട്ടിൽനിന്ന് മക്കൾ അവരുടെ ജോലിയുടെ സൗകര്യാർത്ഥം താമസം മാറ്റി. എനിക്കും അവരോടൊപ്പം പോരേണ്ടതായി വന്നു. അതോടെ ഞങ്ങളുടെ വീടും സ്ഥലവും അനാഥമായി കിടക്കുകയാണ്.

ആധുനികതയുടെ നേർക്കാഴ്ചയായി പോത്തുമറ്റത്ത് 'ഗ്രീൻ ബർഗ്' എന്ന റിസോർട്ട് ചില വ്യക്തികൾ ചേർന്ന് ആരംഭിച്ചു. നല്ലവരായ 120 ഓളം നാട്ടുകാർ റിസോർട്ടിനായി അവരുടെ സ്ഥലം വിൽപ്പന നടത്തി, ആ ഗ്രാമത്തിൽ നിന്നു കൂടെ പറിച്ചു നടപ്പെട്ടു...വീണ്ടുമൊരു കുടിയിറക്കം!!. എന്നാൽ ഇന്നും ഞങ്ങളുടെ സ്ഥലം മാത്രം അവിടെ അവശേഷിക്കുന്നു. ഇപ്പോൾ പോത്തുമറ്റം എന്ന സ്ഥലപ്പേര് ഗ്രീൻ ബർഗ് എന്ന പേരിന് വഴിമാറി കൊടുത്തിരിക്കുന്നു...കൂടെ കിങ്ങിണി തോടും..!! വീണ്ടും ആധുനികതയുടെ അനിവാര്യതയുടെ കുടിയേറ്റം!!! എന്നിരുന്നാലും, മഷന്നയും, കരിപ്പലങ്ങാടും, പോത്തുമറ്റവും എല്ലാം എൻറെ മനസ്സിൽ നിറമുള്ള ഓർമ്മകളായി ഇന്നും നിലനിൽക്കുന്നു.

കൊച്ചുമക്കൾക്കൊപ്പം..

ഇന്ന് മക്കളും, കൊച്ചുമക്കളുമായി സമയം പങ്കിടുമ്പോളും കാലചക്രങ്ങൾ വളരെ വേഗം ഉരുളുന്നതുപോലെ... കൊച്ചുമക്കൾക്കും കല്യാണപ്രായമായി.. എന്ന തിരിച്ചറിവ് കാലചക്രങ്ങളുടെ വേഗതയെ എനിക്ക് കൂടുതൽ അർത്ഥവത്താകുന്നു...

18

മായാത്ത മയ്യന്ന

പതിവുപോലെ രാവിലെ ദിനപത്രം കയ്യിൽ കിട്ടിയപ്പോൾ പ്രധാന തലക്കെട്ടുകൾ ഓടിച്ചു നോക്കി. അകത്തെ പേജിലേക്ക് കണ്ണോടിച്ചപ്പോൾ ഇടുക്കി അണക്കെട്ടിന്റെ മങ്ങിയ ഫോട്ടോകൾക്കൊപ്പം വൈരമണി, മയ്യന്ന എന്നീ വെള്ളത്തിലാണ്ടു പോയ ഗ്രാമങ്ങൾ ജലോപരിതലത്തിൽ ശേഷിപ്പുകളായി പ്രത്യക്ഷപ്പെട്ട വാർത്തയുടെ തലക്കെട്ട് കണ്ടു. ഞാൻ ആ വാർത്ത വിശദമായി വായിച്ചുനോക്കി. അണക്കെട്ടിൽ വെള്ളം കുറഞ്ഞതിനെ തുടർന്ന് പണ്ട് വെള്ളത്തിൽ ആണ്ട് പോയ ഗ്രാമങ്ങളുടെ അവശിഷ്ടങ്ങൾ കണ്ടു തുടങ്ങിയെന്നും ധാരാളം ആളുകൾ ആ കാഴ്ച കാണുവാൻ അങ്ങോട്ട് വരുന്നുണ്ടെന്നുമുള്ള വാർത്തയായിരുന്നു അത്. എന്റെ മനസ്സിൽ വീണ്ടും മഴയെ കാത്തിരുന്ന വേഴാമ്പലിനെ പോലെ മയ്യന്ന കാണാനുള്ള ആഗ്രഹം നിറഞ്ഞു.

പത്രത്തിലെ വാർത്ത..

ഞാൻ എന്റെ ആഗ്രഹം മോനോട് പങ്കുവെച്ചു. *"ശെരി മമ്മി കൊണ്ടു പോകാം"* എന്നവൻ ഒരു മടിയും കൂടാതെ പറഞ്ഞു. കാപ്പികുടിയും കഴിഞ്ഞ് ഞങ്ങൾ അവന്റെ കാറിൽ യാത്ര തുടങ്ങി. പരിചിതമായ ഭൂപ്രദേശങ്ങളിലൂടെയുള്ള ഒരു ഗൃഹാതുരമായ ഓർമ്മകൾ നിറഞ്ഞ യാത്ര... പഴയ ഓല തീയേറ്റർ നിന്നിരുന്ന അശോക കവലയിൽ എത്തിയപ്പോൾ കറുപ്പും വെളുപ്പും നിറത്തിൽ കണ്ട പ്രേം നസീർ, സത്യൻ സിനിമകളുടെ ഓർമ്മകൾ എന്റെ മനസ്സിൽ ഓടിയെത്തി. ആലിൻ ചുവടും, മൈലാടിയും, കുരുതിക്കളവും കടന്ന് ഓരോ വളവുകളും താണ്ടി യാത്ര തുടർന്നു.. റോഡിന്റെ നടുവിൽ യാത്രക്കാർക്ക് അത്ഭുതം തോന്നുന്ന ഗതകാലസ്മരണ ഉണർത്തുന്ന പുളിക്കന്റെ കിണറും, തുമ്പിച്ചിയും കടന്ന് കരിപ്പലങ്ങാട് എത്തി.

എന്റെ ജന്മ വീടും സ്ഥലവും ആ മലഞ്ചെരുവിന് താഴെയായിരുന്നു. അവിടം എന്നെ മാടി വിളിക്കുന്നത് പോലെ എനിക്ക് തോന്നി... ഞാൻ മകന്റെ നേരെ തിരിഞ്ഞു പറഞ്ഞു *"നമ്മൾ തിരികെ വരുമ്പോൾ.. ഞാൻ എന്റെ തറവാട് വീടുവരെ പോയിട്ട് വന്നാൽ പോരേ ?. "... "മതി"'* അവൻ സമ്മതിച്ചു. എനിക്ക് എന്റെ തറവാട് എന്നെ വീണ്ടും വീണ്ടും മാടി മാടി.. വിളിക്കുന്നതുപോലെ തോന്നി.

ഞങ്ങളുടെ യാത്ര കരിപ്പലങ്ങാട് കള്ള് ഷാപ്പിന്റെ അടുത്തെത്തി. പണ്ട് അപ്പൻ സ്ഥിരമായി വരാറുണ്ടായിരുന്ന സ്ഥലമായിരുന്നു ആ ഷാപ്പ്. മയ്യന്നയിലേക്കുള്ള ഞങ്ങളുടെ ആദ്യകാല യാത്രയിൽ അപ്പൻ അവിടെ കയറി കള്ളു വാങ്ങിയതും ഞങ്ങളെല്ലാവരും അവിടെനിന്ന് അയ്യക്കാട് വഴി മല കയറി നാടുകാണിയിലേക്ക് പോയതുമൊക്കെ ഓർത്ത് ഞാനിരുന്നു. ആ സമയം കൊണ്ട് ഞങ്ങളുടെ കാർ നാടുകാണിയിൽ എത്തിയിരുന്നു.

നാടുകാണി പവലിയന്റെ അടുത്ത് മോൻ കാർ കൊണ്ടു നിർത്തി, ഞാൻ പുറത്തിറങ്ങി. പവലിയന്റെ കൈവരികളിൽ പിടിച്ചു ഞാൻ ദൂരേക്ക് നോക്കി. അതിമനോഹരമായ കുന്നുകൾ, ഇലവീഴാപൂഞ്ചിര എന്ന പ്രസിദ്ധമായ വിനോദസഞ്ചാര കേന്ദ്രം അങ്ങ് ദൂരെ കാണാമായിരുന്നു. വളഞ്ഞു പുളഞ്ഞ് കാഞ്ഞാർ നദി.. മലങ്കര ഡാമിന്റെ ദൃശ്യം വിദൂരതയിൽ നിന്നു പോലും കാണാൻ സാധിക്കുമായിരുന്നു. മലങ്കര ജലാശയം അതിന്റെ പൂർണതയോടും, ഭംഗിയോടുകൂടിയും കാണാൻ സാധിക്കുന്നത് ഇവിടെ നിന്നാണെന്ന് എനിക്ക് തോന്നി.

ഭൂപ്രകൃതിയെ മാറ്റിമറിച്ച പുരോഗതിയുടെ ഓർമ്മപ്പെടുത്തൽ ആയ പവർഹൗസിന്റെയും, സ്വിച്ചിയാടിന്റെയും കാഴ്ചകൾ പ്രകൃതിദത്തമായ സൗന്ദര്യത്തിന് മങ്ങലേൽക്കാത്തതായി ഇരിക്കട്ടെ എന്ന് ഞാൻ സമാധാനിക്കാൻ ശ്രമിച്ചു. കുളമാവ് കഴിഞ്ഞ് ഞങ്ങൾ വൈരമണിയിലും, പിന്നെ മയ്യന്നയിലും എത്തി. ഒരുകാലത്ത് കണ്ണെത്താ ദൂരത്തോളം പാടങ്ങളും, കാപ്പിത്തോട്ടങ്ങളും, വാഴകളും, മരച്ചീനിയും കൊണ്ട് സമൃദ്ധമായിരുന്ന ഭൂമി ഇന്ന് പച്ചപ്പില്ലാതെ ചെളിയും ഉണങ്ങി വരണ്ട മൺത്തിട്ടകളുമായി നിലകൊള്ളുന്നു. നീണ്ട വരൾച്ചയും, വിരളമായ മഴയും കാരണം ഇപ്പോൾ തരിശായി ആ ഭൂമി കിടക്കുന്നു. അവിടെ ഉണങ്ങി ദ്രവിച്ച മരക്കൊമ്പുകൾ ചില സ്മാരകങ്ങൾ പോലെ മൂക സാക്ഷിയായി പ്രതാപകാലം അയവിറക്കി നിൽക്കുന്നു.

എന്റെ ഗതകാല സ്മരണകളുടെ മൂർത്തീ ഭാവമായ ഏറുമാടത്തിനായി എന്റെ കണ്ണുകൾ തിരഞ്ഞു... എന്നെ അത്ഭുതപ്പെടുത്തിക്കൊണ്ട് അത് അത് ഞാൻ കണ്ടു...!! ആ മരത്തിന്റെ തടിക്ക് കേടുകൾ പറ്റിയിട്ടുണ്ടെങ്കിലും ഇപ്പോഴും അത് നിലനിൽക്കുന്നു എന്ന അറിവ് എന്റെ മനസ്സിൽ ആശ്വാസത്തിന്റെയും, സന്തോഷത്തിന്റെയും അലയടികൾ ഉണ്ടാക്കി. ഏറുമാടത്തിൽ കഴിഞ്ഞ കാലങ്ങൾ എന്റെ മനസ്സിലൂടെ ഓടിക്കളിച്ചു... ഞാനുമായുള്ള ഈ സ്ഥലത്തിന്റെ ബന്ധത്തിന്റെ ആഴം പോലെയാണ് ആ മരവും.. ആ ഭൂമിയും തമ്മിലുള്ളത് എന്ന് എനിക്ക് തോന്നി.

ഓർമ്മകൾ..

ഞാൻ പതിയെ നടന്ന് ആ മരത്തിന് അടുത്തെത്തി. ദ്രവിച്ചു നിൽക്കുന്ന അതിന്റെ താഴ്ത്തടിയിൽ പിടിച്ചു. അതിന്റെ ദ്രവിച്ച ശകലങ്ങൾ എന്റെ കയ്യിലേക്ക് അടർന്നു വീണു. എന്റെ കൈവെള്ളയിൽ നിറയെ മയ്യന്നയിലെ മൺതരികൾ വീണു. ആ മൺതരികളിൽ മയ്യന്നയുടെ ഗന്ധം ഞാൻ തിരിച്ചറിഞ്ഞു...ആ മൺതരികൾ എന്റെ കൈകളിൽ ഇരുന്നു വിറച്ചു. എന്റെ കണ്ണുകൾ നിറഞ്ഞ് കണ്ണുനീർ കവിളിലൂടെ ഒലിച്ചിറങ്ങി. എന്റെ വികാരങ്ങൾ കണ്ട മകൻ എന്റെ തോളിൽ പതിയെ കൈവെച്ചു പറഞ്ഞു 'മമ്മി നമുക്ക് പോകാം..' തിരികെ പോരുമ്പോൾ എന്റെ ഹൃദയത്തിൽ എന്തോ ഭാരം ഇരിക്കുന്നത് പോലെ.... ഞങ്ങളുടെ പോത്തു മറ്റത്തുള്ള വീട്ടിലേക്കുള്ള വഴിയിൽ ഗ്രീൻബർഗ് റിസോർട്ട് എന്ന് നാമകരണം ചെയ്ത ബോർഡ് മോൻ എന്നെ കാണിച്ചു തന്നു...

കരിപ്പലങ്ങാട് കള്ള് ഷാപ്പിന്റെ അടുത്ത് എത്തിയപ്പോൾ ''നല്ല കപ്പയും, മീൻ കറിയും കഴിച്ചിട്ട് പോകാം'' എന്നവൻ എന്നോട് പറഞ്ഞു. ''വേണ്ട മോനെ എനിക്കെന്റെ തറവാട് വീട് ഒന്ന് കാണണം കുറച്ചു നേരം അവിടെ തനിയെ ഇരിക്കണം... കൂടാതെ എന്നെ തനിയെ പോകാൻ കൂടെ നീ അനുവദിക്കണം...ഞാൻ സൂക്ഷിച്ചു പൊക്കോളാം, നീ ഒട്ടും പേടിക്കണ്ട...'' എന്റെ ആത്മവിശ്വാസത്തിൽ ഉറച്ച വിശ്വാസമുള്ളതുകൊണ്ടാവണം... എന്റെ താല്പര്യം മനസ്സിലാക്കിയ അവൻ വൈകിട്ട് തിരികെ വന്ന് എന്നെ കൂട്ടിക്കൊണ്ടു പോകാമെന്ന് വാക്കും പറഞ്ഞ് എന്റെ നിർബന്ധത്തിനു വഴങ്ങി മനസ്സില്ലാമനസ്സോടെ കരിപ്പലങ്ങാട് ബസ് സ്റ്റോപ്പിൽ ഇറക്കിവിട്ടു.

കുട്ടിക്കാലത്ത് ഓടി നടന്നിരുന്ന പരിചിത വഴികളിലൂടെ ഞാൻ പ്രായാധിക്യത്താൽ ഉള്ള ബുദ്ധിമുട്ട് പോലും വകവയ്ക്കാതെ സാവധാനം നടന്നു. വീട്ടിലേക്ക് നടക്കുമ്പോൾ ചില പരിചിതങ്ങളായ മുഖങ്ങളും കണ്ടു. പലരോടും പരിചയം പുതുക്കി വിശേഷങ്ങൾ പങ്കുവെച്ചു. ചിലർ 'ചാച്ചി ' എന്ന് സ്നേഹത്തോടെ വിളിച്ച് ഓർമ്മകൾ പങ്കിട്ടു.. പരിചയക്കാരെയും, ചില ബന്ധു ജനങ്ങളെയും വഴിയിൽ കണ്ടു സംസാരിച്ചു നടക്കവേ എനിക്ക് ഒരു ഉണർവ് തോന്നി. പടിക്കെട്ടുകൾ ഓടി കയറിയിരുന്ന ആ പഴയ കല്ല്യാണിയിലേക്ക് മനസ്സ് ഓടിപ്പോയി. വീട്ടിലേക്ക് പോകുന്ന വഴിയിൽ കൂട്ടിനായി വരാമെന്ന് പറഞ്ഞവരുടെ വാക്കുകളെ സ്നേഹപൂർവ്വം നിരസിച്ചു ഞാൻ മൺതിട്ടകളും, കൽ പടിക്കെട്ടുകളും സാവധാനം ഇറങ്ങി വീടിനെ ലക്ഷ്യമാക്കി നടന്നു.

വീട് എത്തുന്നതിനു മുൻപായാണ് ഞങ്ങളുടെ കുടുംബ ക്ഷേത്രം.. അത് ഇപ്പോൾ പൂർണമായും നവീകരണം നടത്തി ഭംഗിയാക്കിയിരിക്കുന്നു. അതിനു

മുൻപിൽ എത്തിയ ഞാൻ കണ്ണുകൾ അടച്ച് നന്നായി പ്രാർത്ഥിച്ചു. അപ്പോൾ എന്നെ തലോടിക്കൊണ്ട് എത്തിയ കാറ്റിൽ പോലും ദൈവ സാന്നിധ്യം ഉള്ളതായി എനിക്ക് തോന്നി.

ഞാൻ പതിയെ ഓരോ പടിക്കെട്ടുകളിലും, ചെറിയ വഴികളിലും അല്പസമയം നിന്നു. കപ്പ വാട്ടിയിട്ടിരുന്ന പാറപ്പുറങ്ങൾ, ഞങ്ങൾ കുട്ടിക്കാലത്ത് വന്ന് ഇരിക്കാറുണ്ടായിരുന്ന വലിയ പരന്ന പാറക്കല്ലുകൾ, അവിടെ നിന്നും ദൂരെ പരന്നു കിടക്കുന്ന താഴ് വാരങ്ങൾ... ഈ കാഴ്ചകൾ ഗൃഹാതുരത്വം നൽകുന്ന ഓർമ്മകൾ എനിക്ക് സമ്മാനിച്ചു.

ജനിച്ച തറവാട്ടിലേക്ക് ..

ഒടുവിൽ ഞാൻ എൻറെ തറവാട്ടിൽ എത്തി. വീട് വളരെ നാളായി അടഞ്ഞു കിടന്നതിന്റെ ഓർമ്മപ്പെടുത്തലുകൾ എല്ലായിടത്തും കാണാനുണ്ടായിരുന്നു. വീടിന് വർഷങ്ങൾ ഇത്ര കഴിഞ്ഞിട്ടും വലിയ മാറ്റമൊന്നും വന്നിട്ടില്ല. പറമ്പിലെ പ്ലാവും, ആഞ്ഞിലി മരങ്ങളും പലതും ഉണങ്ങി പോയിരുന്നു. റബ്ബർ തോട്ടം അതിജീവനത്തിന്റെ സാക്ഷ്യപത്രമായി നിലകൊണ്ടിരുന്നു.

വീടിനു വെളിയിലുള്ള തീണ്ടാരി പുരയും വീടിൻറെ അടുക്കളയുടെ അടുത്ത് കൂടി ഒഴുകുന്ന ചെറിയ അരുവിയും എൻറെ മനസ്സ് കുട്ടിക്കാലത്തെ ഓർമ്മകളിൽ നിറച്ചു. തീണ്ടാരി സമയത്തെ ഉരപ്പുര മാത്രം മാറ്റി ഒരു "ബാത്ത് റൂം" ആക്കിയിട്ടുണ്ട്...അല്ലേലും ഉരപ്പുരയുടെ ആവശ്യം ഇന്നത്തെ കാലത്തു ഇല്ലല്ലോ..! ഞാൻ ഓർത്തു...ആധുനികതയുടെ അനിവാര്യത എന്ന് കരുതി

ഞാൻ വീണ്ടും സമാധാനിച്ചു. വീടിന്റെ നീണ്ട വരാന്തയുടെ മൂലയിൽ അപ്പന്റെ തേക്കിന്റെ രണ്ട് ഡ്രോയുള്ള ഒരു മേശ പുരാവസ്തുവിനെ പോലെ, തേഞ്ഞ ഉപരിതലത്തോടെ അവിടെ കിടപ്പുണ്ടായിരുന്നു. ഞാൻ പതിയെ അതിന്റെ വലിപ്പുകൾ തുറന്നു. അതിനകത്ത് പഴയ കാലത്തിന്റെ ശേഷിപ്പുകളായ ഒന്ന്, രണ്ട് അണയുടെ പഴയ നാണയത്തുട്ടുകൾ കിടന്നിരുന്നു. ഈ സന്ദർശനത്തിന്റെ സ്മരണ നിലനിർത്താനായി ആ നാണയങ്ങൾ ഞാൻ എടുത്ത് എന്റെ കയ്യിലെ പേഴ്സിൽ സൂക്ഷിച്ചുവച്ചു.

സമയം കഴിയും തോറും സന്ധ്യയുടെ നന്നുത്ത വർണ്ണങ്ങൾ വീടിനെ വലയം ചെയ്തു. വരാന്തയിലെ പ്രാർത്ഥന സ്ഥലം എന്നെ മാടി വിളിക്കുന്നതായി തോന്നി. അടുക്കളയിലെ തടികൊണ്ടുള്ള അലമാരിയിൽ നിന്ന് പഴയ നിലവിളക്ക് കണ്ടെടുത്തു. അത് മുഴുവൻ ക്ലാവ് പിടിച്ചിരുന്നു... അടുക്കള വശത്തുള്ള അരുവിക്കരയിൽ വിളക്ക് കൊണ്ടുപോയി പെരികിലം ഇലവച്ച് ഉരച്ചു കഴുകി വൃത്തിയാക്കി എടുത്തു. വിളക്ക് നല്ല തിളക്കത്തോടെ വൃത്തിയായി. വരാന്തയിൽ വിളക്ക് തെളിയിച്ചുവെച്ച് സഹോദരങ്ങളോടൊപ്പം നാമം ചൊല്ലിയിരുന്ന ഓർമ്മകളോടെ ആ തറയിൽ പ്രാർത്ഥനയോടെ ഇരുന്നു. *"രാമ രാമ രാമ രാമ രാമ രാമ പാഹിമാം രാമപാദം ചേരണേ മുകുന്ദരാമ പാഹിമാം..."* എന്ന് ഞാൻ മൃദുവായി ജപിക്കാൻ തുടങ്ങി.

സന്ധ്യാ നാമജപം

എന്റെ നാമജപത്തോടൊപ്പം ഞങ്ങളിൽ നിന്ന് വിട്ടുപോയ അപ്പനും, അമ്മയും, കേശവനും, സരോജിനിയും, വിലാസിനിയും, കൂടാതെ പ്രിയപ്പെട്ട എല്ലാവരും ഒക്കെ കൂടെയിരുന്ന് നാമം ജപിക്കുന്നതുപോലെ എനിക്ക് തോന്നി. അവരുടെ അദൃശ്യ സാന്നിധ്യം ഞാൻ അവിടെ അനുഭവിക്കുന്നുണ്ടായിരുന്നു.

കുട്ടിക്കാലം മുതൽ വീട്ടിലെ പത്തായം എനിക്ക് നിഗൂഢതയുടെയും, ആകർഷണീയതയുടെയും ഒരു സ്ഥലമായിരുന്നു. ആ നിഗൂഢതയുടെ ആഴങ്ങളിലേക്ക് ഇറങ്ങാൻ ഞാൻ ധൈര്യപ്പെട്ടിട്ടില്ല. *"കല്ല്യാണീ...പത്തായത്തിൽ കയറരുത്, ശ്വാസം കിട്ടില്ല, ശ്വാസംമുട്ടി മരിക്കും"...* എന്ന അപ്പന്റെ മുന്നറിയിപ്പ് പത്തായത്തിനടുത്ത് എത്തുമ്പോൾ ചെവിയിൽ മുഴങ്ങും... അപ്പന്റെ സ്നേഹവും, ജാഗ്രതയും ആ വാക്കുകളിൽ നിറഞ്ഞിരുന്നു. അതിനാൽ എന്റെ ജിജ്ഞാസ നിറവേറാത്ത ഒരു നിഗൂഢ ആഗ്രഹമായി മനസ്സിൽ കിടന്നിരുന്നു... ഇപ്പോൾ ഏകാന്തയായി പത്തായത്തിന് മുന്നിൽ നിന്നപ്പോൾ, നിശ്ചയദാർഢ്യത്തിന്റെ കുതിപ്പ് തോന്നി.. എന്റെ മകൻ എത്താൻ ഇനിയും സമയമാകും... വിലക്കപ്പെട്ടതിനെ നേടാനുള്ള എന്റെ നിമിഷമാണ് ഇതെന്ന് എനിക്കറിയാമായിരുന്നു...അധികം ചിന്തിക്കാതെ പത്തായം കാണാനും, എന്റെ ഇതുവരെ നടക്കാത്ത ആഗ്രഹം സാധിക്കാനും ഞാൻ തീരുമാനിച്ചു.

പത്തായം കാണാൻ ..

ചെറിയ തടി പടി കയറി ഞാൻ പത്തായത്തിലേക്ക് പ്രവേശിച്ചു. അതിൻ്റെ വാതിലിൻ്റെ ഞരക്കങ്ങൾ ഭൂതകാലത്തിൽ നിന്നുള്ള മന്ത്രം പോലെ പ്രതിധ്വനിച്ചു... കൂടാതെ അപ്പൻ്റെ അശരീരി പോലുള്ള മുന്നറിയിപ്പും... ചതുരാകൃതിയിലുള്ള വാതിലിലൂടെ ഞാൻ പുറത്തേക്ക് നോക്കി... എൻ്റെ ഹൃദയം പ്രതീക്ഷകളാലും, അതിലേറെ ഭയത്താലും മിടിക്കുന്നു. ഞാൻ ആ ചെറിയ പത്തായ വാതിൽ വലിച്ചടച്ചു. പുറംലോകം എനിക്ക് അപ്രത്യക്ഷമായി... ഞാൻ തികഞ്ഞ ഇരുട്ടിലായി.

അകത്തെ വായു കനത്തതായിരുന്നു. ഒരു അടിച്ചമർത്തൽ പുതപ്പുപോലെ എന്നെ പൊതിഞ്ഞു. ശ്വസനത്തിൻ്റെ ആയാസത്താൽ എനിക്ക് നെഞ്ചിൽ ഭാരം അനുഭവപ്പെടുന്നത് പോലെ തോന്നി. ഞാൻ ആ ഇരുട്ടിലും വേഗം വാതിൽ കണ്ടെത്താൻ ശ്രമിച്ചു. എൻ്റെ കണ്ണുകൾ ഇരുട്ടിനാൽ വല്ലാതെ പ്രയാസപ്പെട്ടു... പക്ഷേ ശൂന്യത മാത്രം കണ്ടുകിട്ടി. എന്നിൽ പരിഭ്രാന്തി നിറയാൻ തുടങ്ങി... അപ്പൻ്റെ മുന്നറിയിപ്പുകളുടെ അലയടികൾ എൻ്റെ കർണ്ണപടങ്ങളിൽ അശരീരിയായി മുഴങ്ങിക്കേൽക്കുന്നത് പോലെ തോന്നി. ഓരോ ശബ്ദവും വിഴുങ്ങിക്കൊണ്ട് നിശബ്ദത ശക്തമാകുമ്പോൾ എൻ്റെ ശ്വാസം വേഗത്തിലായി. നെഞ്ചിലെ ഭാരം വല്ലാതെ മുറുക്കി കൊണ്ടിരുന്നു...

ശ്വാസം മുട്ടുന്ന ശൂന്യതയിൽ അസാധാരണമായ ഒന്ന് സംഭവിച്ചു. മയ്യന്നയെ കുറിച്ചുള്ള ഓർമ്മകൾ ഉജ്ജ്വലവും സജീവമായും ഓടിയെത്തി. ഇളംകാറ്റിൽ പൊൻവയലുകൾ ആടിയുലയുന്നു, ഏറുമാടം തലയുയർത്തി നിൽക്കുന്നു, ആ അന്തരീക്ഷത്തിൽ അപ്പൻ്റെ ചിരി മുഴങ്ങി.... അമ്മ അരികിലുള്ളത് പോലെ തോന്നി...കൂടെ എൻ്റെ പ്രിയതമനും... എല്ലാ പ്രിയപ്പെട്ടവരും...ഞാൻ ഏറെ സൗഭാഗ്യവതി ആണ്... ദൂരെ ക്ഷേത്ര മണികളുടെ കിലുക്കം.. മയ്യന്നയുടെ സത്ത ആ കൂരിരുളിൽ വെളിച്ചത്തിൻ്റെ ഒരു ദീപം പോലെ തെളിഞ്ഞു നിന്നു.

ശ്വാസം മുട്ടിക്കുന്ന വായുവും, തളം കെട്ടിനിന്ന ഇരുട്ടും ഒരു നിമിഷം ഞാൻ മറന്നു. ഓർമ്മകളിൽ നിന്ന് ശക്തിയാവാഹിച്ച് ഞാൻ ഒരിക്കൽ കൂടി കൈ നീട്ടി. ഇത്തവണ എൻ്റെ വിരലുകൾ വാതിലിൻ്റെ അറ്റം കണ്ടെത്തി. നിശ്ചയ ദാർഢ്യത്തോടെ ഞാൻ അത് തുറന്നു. വെളിച്ചവും, ശുദ്ധവായുവും ഒഴുകിയെത്താൻ അനുവദിച്ചു. പുഞ്ചിരിച്ചുകൊണ്ട് ഞാൻ പുറത്തിറങ്ങി. പത്തായം അതിൻ്റെ രഹസ്യം വെളിപ്പെടുത്തി.... 'മയ്യന്ന ഒരു ഇരുട്ടിനും മായ്ക്കാൻ കഴിയാത്ത നിധി. ഞാനിപ്പോൾ പത്തായത്തിൽ അല്ല, ഏതോ അനശ്വരമായ ചൈതന്യത്തിൻ്റെ ആകർഷണത്താൽ ഞാൻ മയ്യന്നയിൽ തിരിച്ചെത്തിയിരിക്കുന്നു. ആ ബന്ധം അഗാധമായിരുന്നു... മയ്യന്ന എനിക്ക് വെറുമൊരു സ്ഥലമല്ല എൻ്റെ ശ്വാസവും, ആത്മാവുമായിരുന്നു.

നിറഞ്ഞ നിലാവെളിച്ചത്തിൽ കുളിച്ചു നിന്നുകൊണ്ട് മയ്യന്നയിലെ ഏറുമാടത്തിനു മുകളിൽ നിറഞ്ഞു കണ്ട ആകാശ താരകങ്ങളോട് ഞാൻ മന്ത്രിച്ചു.... നന്ദി... ഞാൻ ഏറെ സൗഭാഗ്യവതി ആണ് നന്ദി... നന്ദി... നന്ദി.. എനിക്കു ചുറ്റും എന്റെ ഏറെ പ്രിയപ്പെട്ട അദ്ദേഹത്തിന്റെയും, പ്രിയപ്പെട്ടവരുടെയും സാമീപ്യം ഞാൻ അറിഞ്ഞു... മയ്യന്നയിൽ ഞാൻ അലിഞ്ഞു ചേരുകയായിരുന്നു... കാലാതീതമായ സ്നേഹത്തിന്റെ ശക്തിയാൽ ഒരു മായാത്ത മയ്യന്നയായി.

+